Uppgötvaðu listina að búa til stórkostlegar tertur og tartletur

AF742298

100 ljúffengar uppskriftir fyrir hvert tækifæri

Áki Almr

EFNISYFIRLIT

EFNISYFIRLIT....3
KYNNING....8
SKORPA OG SKEL....9
1. Basic Flaky Pie Crust....10
2. Óskerpandi sættertuskelin....12
3. Ostterta skeljar....15
4. Korpuskel úr maísskorpu....17
5. Tertuskeljar í frjálsu formi....19
6. Súkkulaðiskorpa....21
7. Graham skorpu....23
8. Lítil terturskeljar....25
9. Frönsk sæt tertuskorpa....28
10. Rjómaostterturskeljar....30
11. Walnut Tartlet skeljar....32
12. Phyllo tertuskeljar....34
13. Shortbread tart skorpu....36
14. Egglaus tertuskorpa....39
15. Heilhveiti tertuskorpu....42
SÚKKULAÐITERTUR....44
16. Truffluterta með espressósósu....45
17. Dökk súkkulaðiterta með Gingersnap skorpu....47
18. Súkkulaði brownies terta....50
19. Súkkulaðismjörtertur....53
20. Súkkulaði kókos smátertur....55

21. Súkkulaði heslihnetuterta.....57
22. Súkkulaði mascarpone hnetuterta.....60
23. Smá súkkulaðitertur.....63
24. Súkkulaðitruffluterta með hindberjum.....65
25. Trönuberja- og hvítsúkkulaðiterta.....68
26. Tvöföld súkkulaðikremterta.....71
27. Fudgy súkkulaðiterta.....74
28. Ferskir ávextir og súkkulaðiterta.....76
29. Krydduð súkkulaðiterta.....79
30. Jarðarberjahvít súkkulaðimústerta.....81
31. Sænskar súkkulaðieftirréttarkóngstertur.....84
32. Hvítt súkkulaði banana rjómaterta.....87
33. Dökk súkkulaðiterta.....90
Sjávarfangstertur.....93
34. Alaskan sjávarfangstertur.....94
35. Krabbamein og sterkan ostterta.....96
36. Hörpuskel og gráðostterta.....98
37. Rjómalöguð reyktur lax og dillterta.....100
38. Norskar laxtertur.....103
39. Örlitlar reyktar laxtertur.....106
40. Hátíðlegar rækjutertur.....108
41. Rækju- , lauk- og tómatterta.....110
42. Rækjukokteiltertur.....113
HNETUTERTUR.....115
43. Möndluterta.....116
44. Mexíkósk súkkulaðiterta með krydduðum pekanhnetum.....119

45. Frangipane terta með árstíðabundnum ávöxtum........122
46. Bakewell terta..125
47. Eplahnetur grindarterta...127
48. Apríkósu macadamia hnetuterta.................................130
49. Brómberja rjómahnetuterta..133
50. Gulrótar-hnetuterta...136
51. Karamellu hnetusterta...138
52. Hnetuávaxtatertur...141
53. Appelsínu hnetuterta..143
54. Furuhnetuterta...146
ÁVINTATERTUR..148
55. Möndlu-apríkósu tertur..149
56. Alsace plómuterta..151
57. Eplaterta..153
58. Epli og rúsínu tarte tatin...155
59. Epli kanilterta..157
60. Epla trönuberjaterta á hvolfi.......................................159
61. Epla hindberjaterta...161
62. Bláberja súrmjólksterta...164
63. Blandað ávaxtaterta..167
64. Hátíðarávaxtatertur..169
65. Regnboga ávaxtaterta...171
66. Vanillukrem ávaxtaterta..174
67. Parisienne ávaxtaterta...176
68. Premier hvít ávaxtaterta..179
GRÆNTÆMATERTA..181
69. Alpine kartöfluterta..182

70. Þistiltærta..184
71. Graskerbaka ostakökuterta _..187
72. Steiktar grænmetistertur..189
73. Ristað grænmetis- og geitaosti brioche terta...............191
74. Bragðmikil grænmetisterta...194
75. Grænmetiskremsterta..197
OSTERTUR..200
76. Alsace ostterta..201
77. Amaretto ostakökutertur...203
78. Belgísk ostterta...205
79. Pipar og ostterta...207
80. Morgunverðarostterta..210
81. Rjómalöguð hvítlauks- og ostterta.................................213
82. Karrí- og chutneyostterta..215
83. Fransk ostterta...217
84. Geitaostur og spínatterta..220
85. Gylltur ananas-ostaterta...222
86. Vínber anda Rifsberjaterta með fontina osti.............225
87. Herbed osttertur...227
88. Miðjarðarhafs ostterta..230
89. Sítrónu-osta tertur..233
90. Papaya-rjómaostterta með macadamia hnetum.........235
91. Ricotta ostur og spínatterta..238
92. Suðvestur ostterta..240
SVEPPEPTERTURTA..242
93. Framandi sveppaterta..243
94. Flögnuð sveppaterta..246

95. Grilluð eggaldin og sveppaterta....................................248
96. Sveppafyllotertur...251
97. Reykt sveppaterta..253
98. Þreföld sveppaterta..256
99. Villisveppa- og geitaostterta...258
100. Villisveppa og pecorino terta..261
NIÐURSTAÐA...263

KYNNING

Velkominn! Þessi matreiðslubók er hönnuð til að kveikja ástríðu þína fyrir að búa til ljúffengar tertur og tertur sem munu heilla bæði fjölskyldu og vini. Hvort sem þú ert reyndur bakari eða nýbyrjaður í matreiðsluferð þinni, þá mun þessi bók leiða þig í gegnum listina að búa til ómótstæðilegt kökur frá grunni.

Á þessum síðum finnur þú fjársjóð af uppskriftum, vandlega samsettar til að bjóða upp á fjölbreytt úrval af bragðtegundum og stílum. Allt frá klassískum ávaxtatertum sem eru fullar af árstíðabundnum afurðum til bragðmiklar tartlettur fullar af sælkera hráefni, það er eitthvað sem gleður hvern góm. Markmið okkar er að veita þér þekkingu og tækni sem nauðsynleg er til að ná fullkomlega bökuðum, gylltum skorpum og ljúffengum fyllingum sem fá alla til að koma aftur til að fá meira.

Hverri uppskrift fylgja skref-fyrir-skref leiðbeiningar, gagnlegar ábendingar og fallegar ljósmyndir til að hvetja þig og leiðbeina þér á leiðinni. Þú munt læra hvernig á að ná tökum á listinni að búa til flagnandi og smjörkennda skorpu, kanna ýmsa áfyllingarmöguleika og gera tilraunir með einstakar bragðsamsetningar sem munu lyfta hæfileikum þínum til að búa til tertu til nýrra hæða.

Hvort sem þú ert að halda glæsilegt kvöldverðarboð, útbúa sérstakan eftirrétt fyrir ástvin eða einfaldlega dekra við þig sætt, þá munu uppskriftirnar í þessari matreiðslubók umbreyta bakstri þínum í eftirminnilega matreiðsluupplifun. Svo gríptu kökukeflinn þinn, dustu rykið af svuntunni þinni og við skulum leggja af stað í yndislega ferð um heim tertu og tertu!

SKORPA OG SKEL

1. Basic Flaky Pie Crust

Gerir: 1 tertuskurn

HRÁEFNI:

- 8 matskeiðar ósaltað smjör, kalt
- 1 ⅓ bollar + 4 matskeiðar sætabrauðsmjöl
- ¼ teskeið salt
- 2 ½ til 3 ½ matskeiðar af ísvatni
- 1 ½ tsk eplasafi edik Valfrjálst
- ⅛ teskeið lyftiduft

LEIÐBEININGAR:

a) Skiptið smjörinu í tvo hluta, um það bil tvo þriðju til þriðjung .

b) Skerið smjörið í ¾ tommu teninga.

c) Vefjið hvern hluta af smjöri með plastfilmu, kælið stærra magnið og frystið það minni í að minnsta kosti 30 mínútur.

d) Setjið hveiti, salt og lyftiduft í lítra frystipoka og frystið í að minnsta kosti 30 mínútur.

e) Bætið stærra magni af smjörbitum út í hveitið og vinnið í um 20 sekúndur eða þar til blandan líkist grófri máltíð.

f) Bætið hinum frosnu smjörbitum út í og pulsið þar til allt frosna smjörið er á stærð við baunir.

g) Bætið minnsta magni af ísvatninu og ediki út í og pulsið 6 sinnum. Klípa a lítið magn af blöndunni saman á milli fingranna.

h) Fyrir örsmáar 1 tommu tartlettur, slepptu lyftiduftinu og leyfðu vinnslunni að halda áfram bara þar til kúlan myndast.

i) Hellið blöndunni í plastpokann.

j) Haldið báðum endum pokaopsins með fingrunum, hnoðið blönduna með því að ýta á hana til skiptis, utan frá pokanum, með hnúum og hælum á höndunum þar til blandan heldur saman í einu stykki og finnst hún teygjast aðeins þegar hún er dregin í hana.

k) Vefjið deigið inn í plastfilmu, fletjið það út í disk og geymið í kæli í að minnsta kosti 45 mínútur.

2. Óskerpandi sættertuskelin

Gerir: nóg fyrir eina 9 tommu tertuskorpu

HRÁEFNI:
- 1 ½ bolli alhliða hveiti
- ½ bolli konfektsykur
- ¼ teskeið salt
- 1 stafur auk 1 msk ósaltað smjör, skorið í litla bita
- 1 stórt egg

LEIÐBEININGAR:
a) Blandið hveiti, sykri og salti saman í skál matvinnsluvélar. Dreifið smjörbitunum yfir þurr hráefni og púlsaðu þar til smjörið er gróft skorið í.
b) Hrærið eggjarauðuna, bara til að brjóta hana í sundur, og bætið henni út í smá í einu, púlsaðu eftir hverja viðbót.
c) Þegar eggið er komið í, vinnið það í löngum púlsum – um það bil 10 sekúndur hver – þar til deigið, sem verður kornótt fljótlega eftir að egginu er bætt út í, myndar kekki og osta. Rétt áður en þú nærð þessu stigi mun hljóðið í vélinni sem vinnur deigið breytast - höfuð upp.
d) Snúðu deiginu út á vinnuborð og hnoðaðu deigið mjög létt og sparlega til að innihalda eitthvað þurr hráefni sem gæti hafa sloppið við blöndun. Kældu deigið, pakkað í plast, í um 2 klukkustundir áður en það er rúllað.
e) Til að rúlla deiginu: Smyrjið 9 tommu riflaga tertuform með lausan botn.
f)
g) Fletjið út kælt deigið á hveitistráða lak af smjörpappír í 12 tommu hring, lyftið og snúið deiginu öðru hverju til að losa það úr pappírnum.
h) Notaðu pappír sem hjálp, snúðu deiginu í 9 tommu þvermál tertuform með lausan botn; afhýða pappírinn.
i) Lokaðu öllum sprungum í deiginu.
j) Klipptu yfirhengið tvo ½ tommu. Brjóttu yfirhangið inn og gerðu tvöfaldar hliðar.

k) Skerið skorpuna yfir alla með gaffli.

l) Að öðrum kosti er hægt að þrýsta deiginu inn um leið og það er unnið: Þrýstið því jafnt yfir botninn og upp á hliðar tertuskurnarinnar.

m) Frystið skorpuna í að minnsta kosti 30 mínútur.

n) Til að baka skorpuna að fullu eða að hluta: Setjið grind í ofninum og hitið ofninn í 375 gráður F. Smyrjið glansandi hlið álpappírs og setjið álpappírinn, smurðri hlið niður, þétt að skorpunni.

o) Og hér er það besta: Þar sem þú frystir skorpuna geturðu bakað hana án lóða. Setjið tertuformið á bökunarplötu og bakið skorpuna í 20 til 25 mínútur.

p) Fjarlægðu álpappírinn varlega. Ef skorpan hefur blásið, þrýstu henni varlega niður með bakinu á skeið.

q) Bakið skorpuna um það bil 10 mínútum lengur til að baka hana að fullu, eða þar til hún er orðin stíf og gullinbrún.

r) Settu pönnuna yfir á grind og kældu skorpuna niður í stofuhita.

3. Ostterta skeljar

Gerir: 4 skammta

HRÁEFNI:

- ½ bolli Grænmetisstytting
- 5 aura Amerískt ostaálegg; 1 krukka
- 1½ bollar Óbleikt hveiti

LEIÐBEININGAR:

a) Setjið matlegginn og ostaáleggið saman í skál.

b) Skerið hveiti í ostablönduna með tveimur hnífum þar til það hefur blandast vel saman.

c) Mótaðu í rúllu sem er 1¼ tommu í þvermál og 12 tommur að lengd.

d) Vefjið alveg inn í vaxpappír eða plastfilmu.

e) Geymið í kæli í 1 klukkustund eða lengur. Forhitaðu ofninn í 375 gráður F.

f) Takið deigið úr kæliskápnum og pakkið upp. Skerið ⅛ tommu þykkt.

g) Notaðu 12 muffinsbolla eða 3-tommu tertuform, settu 1 sneið af deiginu í botninn á hverri.

h) Skarast 5 sneiðar utan um hverja.

i) Þrýstu þeim varlega saman. Gatið botna og hliðar með gaffli.

j) Bakið í 18 til 20 mínútur í forhituðum ofni þar til þær eru ljósbrúnar.

k) Kældu á pönnu á grind og fjarlægðu skeljarnar varlega þegar þær eru kaldar að snerta.

4. Korpuskel úr maísskorpu

Gerir: 1 skammt

HRÁEFNI:

- 2½ bollar maísmjöl
- 1 tsk salt
- 1 stinga kalt ósaltað smjör; skorið í bita
- 6 matskeiðar fast grænmetisstytting; kalt
- 5 matskeiðar ísvatn

LEIÐBEININGAR:

a) Blandið saman hveiti og salti í skál. Notaðu hendurnar til að vinna smjörið og styttinguna í hveitið þar til blandan líkist grófum mola. Stráið ísvatninu yfir blönduna 1 eða 2 matskeiðar í einu. Safnið deiginu saman í kúlu. Snúðu deiginu á hveitistráð yfirborð.

b) Notaðu hælinn á hendinni og hnoðaðu deigið, þetta mun blanda saman smjörinu og stýtinu og gera sætabrauðið flögnara. Kælið í 30 mínútur. Fletjið deigið út á hveitistráð yfirborð í hring sem er 14 tommur í þvermál og ⅛ tommu þykkt.

c) Brjóttu hring deigsins varlega í tvennt og síðan aftur í tvennt svo þú getir lyft því án þess að rífa það og brettu það út í 9 tommu tertuform.

5. Tertuskeljar í frjálsu formi

Gerir: 4 skammta

HRÁEFNI:

- 1 eggi blandað saman við 1 teskeið af vatni
- ¼ bolli kornsykur
- 1 bolli hveiti
- ¼ teskeið salt
- ⅛ teskeiðar lyftiduft
- 8 matskeiðar ósaltað smjör

LEIÐBEININGAR:

a) Blandið saman sykri, hveiti, salti og lyftidufti í matvinnsluvél.
b) Þegar það hefur blandast vel saman, bætið smjörinu út í og pulsið vélina þar til smjörið er brotið upp í hveitiblönduna.
c) Bætið egginu og vatni út í og vinnið þar til deigið myndar deig.
d) Flyttu deigið yfir á vaxpappír; klappaðu því í flata hring og geymdu í kæli í 30 til 45 mínútur eða þar til það hefur slakað á og þú getur rúllað því út.
e) Skiptið deiginu í um það bil 8 jafna hluta.
f) Fletjið bitana út á létt hveitistráðu borði.
g) Frekar en að nenna að setja þær í tartlettuskeljar og forbaka þær, mótið þær einfaldlega í grófar hringi eða skerið þær í hjörtu eða ferhyrninga.
h) Flyttu frjálsu formunum yfir á bökunarplötu og kældu í 20 mínútur á meðan þú hitar ofninn í 400 gráður.
i) Stingið í deigið með gaffli svo deigið bólgist ekki upp.
j) Bakið í 10 til 12 mínútur eða þar til brúnirnar eru brúnar.
k) Takið þær úr ofninum á grind og látið þær kólna.
l) Þegar það er alveg kaldur toppið það með því sem þú vilt.

6. Súkkulaðiskorpa

Gerir: 1 kökuskorpu

HRÁEFNI:

- ¾ skammtur súkkulaðimola
- 8 g af sykri
- 0,5 g kosher salt
- 14 g smjör, brætt

LEIÐBEININGAR:

a) Púlsaðu súkkulaðimylsnuna í matvinnsluvél þar til þau eru orðin sand og engir stórir klasar eru eftir.

b) Settu sandinn yfir í skál og blandaðu með höndum þínum með sykri og salti.

c) Bætið bræddu smjöri út í og hnoðið það út í sandinn þar til það er nógu rakt til að hægt sé að hnoða það í kúlu.

d) Flyttu blönduna yfir í 10 tommu bökuform.

e) Þrýstið súkkulaðiskorpunni þétt inn í formið með fingrunum og lófum, passið að botn og hliðar bökuformsins séu jafnt þakið.

f) Vafið inn í plastfilmu má geyma skorpuna við stofuhita í allt að 5 daga eða í ísskáp í 2 vikur.

7. Graham skorpu

Gerir: 2 bollar

HRÁEFNI:
- 190 g graham cracker mola
- 20 g mjólkurduft
- 25 g af sykri
- 3 g kosher salt
- 55 g smjör, brætt
- 55 g þungur rjómi

LEIÐBEININGAR:

a) Kasta graham mola, mjólkurdufti, sykri og salti með höndum þínum í skál til að dreifa jafnt þurr hráefni.

b) Þeytið smjörið og þungan rjómann saman.

c) Bæta við þurr hráefni og kastaðu aftur til að dreifa því jafnt.

8. Lítil terturskeljar

Gerir: 20-22 smáskeljar

HRÁEFNI:

- 3 bollar alhliða hveiti
- ⅛ teskeið salt
- 1 ¼ bollar flórsykur
- 3 eggjarauður
- 2 tsk vanillubaunamauk eða vanilluþykkni
- 2 stangir af ósaltuðu smjöri

LEIÐBEININGAR:

a) Sigtið hveiti og salt. Setja til hliðar.

b) Þeytið ósaltað smjör við stofuhita og flórsykur í hrærivél með blöðruhálskirtli þar til það er slétt.

c) Þeytið saman eggjarauður og vanillustöng eða vanilluþykkni í litlu fati.

d) Þeytið eggjarauðublönduna smám saman út í rjómaða smjörið.

e) Skafið skálina nokkrum sinnum eftir þörfum.

f) Á lágum hraða, bætið hveitiblöndunni smám saman við smjörblönduna.

g) Blandið þar til það byrjar að blandast saman. Ef deigið er of mylsnugt, bætið þá við 1 tsk af mjólk.

h) Hvolfið deiginu á hreint vinnuborð eða í skál og safnað deiginu saman með höndunum í kúlu.

i) Myndaðu síðan deigið í disk, settu það inn í álpappír og kældu í 1 til 2 klukkustundir

j) Forhitið ofninn í 350F.

k) Setjið smá terturskeljarform á bökunarplötu. Sprayið með úða sem ekki festist og setjið til hliðar.

l) Takið kælda deigið út og skerið það í tvennt. Látið mýkjast í 5 mínútur.

m) Flettu það út á milli 2 blaða af pergamenti eða notaðu Dough EZ Mat.

n) Flettu því út með því að nota ⅛ tommu rúlluleiðir.

o) Klipptu út eins margar umferðir og þú getur. Safnaðu afgangi og rúllaðu aftur.

p) Mótaðu terturnar og notaðu gaffal til að stinga botninn á skeljunum.

q) Bakið við 350 F í 12-14 mínútur þar til þær eru gullnar í kringum brúnirnar.

9. Frönsk sæt tertuskorpa

Gerir: 1 tertuskurn

HRÁEFNI:

- 1 ½ bolli hveiti, venjulegt/allskyns
- 6 ½ matskeiðar mjúkur flórsykur
- 2 ½ msk möndlumjöl
- ¼ teskeið salt
- 100g / 7 matskeiðar smjör, ósaltað, mjúkt, skorið
- 1 stórt egg, við stofuhita

LEIÐBEININGAR:

a) Þeytið saman hveiti, flórsykur, salt og möndlumjöl í skál.
b) Notaðu fingurgómana til að nudda smjörinu í þurr hráefni þar til það líkist brauðrasp.
c) Blandið með gúmmíspaða þar til það verður of erfitt að hræra í því lengur, notaðu síðan hendurnar til að koma því saman í deig.
d) Snúið deiginu út á vinnuborð og hnoðið svo til að það nái saman í slétta kúlu.
e) Fletjið út í 2cm / 0,8" þykkan disk. Vefjið með matfilmu og kælið í 30 mínútur.
f) Taktu upp kælt deig. Setjið á létt hveitistráða vinnuborð.
g) Rúllið út í 13 tommu hring.
h) Veltið sætabrauðinu létt á kökukefli. Rúllið því síðan varlega yfir tertuformið.
i) Stillið deigið þannig að það passi í tertuformið, passið í hornið, passið að teygja það ekki.
j) Veltið kökukefli yfir tertuformið til að snyrta umframdeigið.
k) Stingið botninn á deiginu 30 sinnum með gaffli.
l) Kældu sætabrauðið í tertuforminu í 30 mínútur.

10. Rjómaostterturskeljar

Gerir: 24

HRÁEFNI:

- 3 aura rjómaostur, mildaður
- ½ bolli smjör mildað
- 1 bolli alhliða hveiti

LEIÐBEININGAR:

a) Blandið saman rjómaosti og smjöri eða smjörlíki. Hrærið hveiti bara þar til það er blandað saman. Kælið í um 1 klst.

b) Forhitið ofninn í 325 gráður F.

c) Mótaðu deigið í 24 eins tommu kúlur og þrýstu í ósmurða 1 ½ tommu muffinsbolla til að búa til grunna skel.

d) Fylltu með uppáhalds fyllingunni þinni og bakaðu í 20 mínútur, eða þar til skorpan er ljósbrún.

11. Walnut Tartlet skeljar

Gerir: 12

HRÁEFNI:

- 2 bollar alhliða hveiti, auk meira til að rúlla út deigi
- ¼ teskeið salt
- ½ bolli valhnetur
- ¾ bolli ósaltað smjör, kælt og skorið í litla bita

LEIÐBEININGAR:

a) Setjið hveiti, salt og valhnetur í skál matvinnsluvélar.

b) Púlsaðu þar til valhneturnar eru litlar en ekki fínar.

c) Bætið smjöri út í og blandið þar til blandan líkist litlum ertum, um það bil 15 sekúndur.

d) Með vélina í gangi, bætið ¼ bolla af ísvatni í gegnum fóðurrörið.

e) Pússaðu þar til deigið byrjar að ná saman þegar þú þrýstir á það með fingrunum.

f) Mótaðu deigið í kúlu. Fletjið út í disk og pakkið inn í plast.

g) Settu í ísskáp og kældu í að minnsta kosti 1 klukkustund.

h) Settu tuttugu og fjögur 2 tommu tartlettform á bökunarplötu.

i) Rykið létt með hveiti á hreint vinnuborð. Fletjið deigið út í ⅛ tommu þykkt. Notaðu hníf til að skera sætabrauðið í tuttugu og fjóra ferninga aðeins stærri en pönnurnar.

j) Þrýstið deiginu í pönnur og klippið yfirhangandi deig.

k) Setjið annað tartlettupönnu ofan á hverja fóðraða pönnu og vegið niður deigið.

l) Kældu í 30 mínútur í viðbót.

m) Hitið ofninn í 375 gráður.

n) Bakið skeljarnar þar til þær eru ljósbrúnar á brúnunum, um það bil 10 mínútur.

o) Fjarlægðu efstu pönnurnar og haltu áfram að baka þar til þær eru soðnar í gegn og brúnaðar yfir allt, 12 til 15 mínútur í viðbót.

p) Snúðu skeljunum út og færðu þær yfir á vírgrind til að kólna. Stórar skeljar í loftþéttum umbúðum í allt að 3 daga.

12. Phyllo tertuskeljar

Gerir: 12

HRÁEFNI:

- 1 rúlla af frosnu phyllo deigi þiðnað
- ½ stafur smjör, brætt

LEIÐBEININGAR:

a) Hitið ofninn í 375.

b) leggið filódeigið út á skurðbretti. Notaðu pizzahjól til að skera það í sex ferninga.

c) Hyljið með röku pappírshandklæði.

d) Penslið tvö muffinsform að innan með bræddu smjöri.

e) Afhjúpaðu 1 stafla af ferningum.

f) Penslið eina plötu með bræddu smjöri og leggið í muffinsform og klappið niður.

g) Endurtaktu þetta með fimm blöðum.

h) Bakið í 375 gráðu heitum ofni í 8 mínútur eða þar til gullbrúnt.

13. Shortbread tart skorpu

Gerir: Einn 10 tommu tertuskorpu

HRÁEFNI:

FYRIR DEIGIÐ

- 12 matskeiðar kalt smjör, skorið í teninga
- ⅔ bolli flórsykur
- 2 eggjarauður
- 2 bollar alhliða hveiti

FYRIR eggjaþvottinn

- 1 egg
- 1 matskeið vatn

LEIÐBEININGAR:

a) Setjið smjör, flórsykur og eggjarauður í skál matvinnsluvélar með blaðinu.

b) Púlsaðu þar til blandast saman en samt stökkt af smjöri.

c) Bætið hveitinu út í og keyrið vélina bara þar til deigið kemur saman þegar þú klípur það á milli fingranna.

d) Snúðu deiginu út á stórt stykki af bökunarpappír, hnoðið nokkrum sinnum til að ná því öllu saman og klappaðu því í diskform.

e) Vefjið vel inn í smjörpappír og kælið í um hálftíma.

f) Forhitið ofninn í 350°F með grind í miðjunni.

g) Takið deigið úr ísskápnum og látið það hvíla á borðinu í 15 mínútur.

h) Stráið smá hveiti á vinnuborðið og yfir yfirborð deigsins.

i) Fletjið deigið út með kökukefli í um það bil 12 tommu hring.

j) Flyttu deigið mjög varlega í 10 tommu tertuform með lausan botn, þrýstu létt á deigið svo það sitji þétt að botni og hliðum formsins.

k) Stingið botninn á skelinni yfir alla með gaffli. Setjið allt á bökunarplötu.

l) Setjið smjörpappír yfir skelina og passið að hylja brúnirnar.

m) Dreifið miklu af þurrkuðum baunum eða tertuþyngd yfir pergamentið og þekur allan botn tertuskurnarinnar.

n) Bakið í 15 mínútur á þennan hátt, fjarlægið síðan smjörpappírinn og baunirnar.
o) Penslið skelina með smá eggþvotti.
p) Setjið skelina aftur í ofninn í að minnsta kosti 10 mínútur til viðbótar.
q) Takið úr ofninum og kælið alveg áður en það er fyllt.

14. Egglaus tertuskorpa

Gerir: 9,5 tommu tertuskorpu

HRÁEFNI:

- 1 ¼ bolli 175 g alhliða hveiti
- ⅓ bolli 40 g konfektsykur
- ¼ teskeið kosher salt
- ½ bolli 115 g ósaltað smjör, kalt og skorið í teninga
- 1 matskeið 15 ml gufuð mjólk
- 2 tsk 10 ml þungur rjómi
- 1 tsk 5 ml hreint vanilluþykkni

LEIÐBEININGAR:

Gerðu deigið:

a) Setjið hveiti, sykur og salt í skál matvinnsluvélar, hrærivél eða skál; púls til að sameina.

b) Bætið söxuðu smjörinu út í og vinnið í stuttum köstum þar til blandan líkist grófu mjöli eða fínum brauðrasp.

c) Með mótorinn í gangi, bætið uppgufðri mjólk, rjóma og vanillu út í og vinnið/blandið/hrærið þar til deigið kemur saman í kúlu og dregur hreinlega frá hliðum skálarinnar.

d) Með höndunum: Blandið þurr hráefni í stórri skál.

e) Notaðu sætabrauðsskera eða tvo hnífa til að skera smjörið í hveitiblönduna þar til áferðin líkist grófu maísmjöli.

f) Og þá bætið við blautu hráefninu og blandið saman með gaffli þar til deigið kemur saman.

g) Snúðu deiginu á létt hveitistráð yfirborð.

h) Blandið deiginu saman og fletjið það út í form. Pakkið inn í plastfilmu og kælið í 1 klst.

i) Rúllaðu deiginu á létt hveitistráðu yfirborði.

j) Hveitið kökukeflinn, rúllið deiginu lauslega utan um það og rúllið því síðan út í tertuformið.

k) Notaðu fingurna til að setja það inn og klappaðu deiginu varlega á botninn og hliðarnar á tertuforminu jafnt í stað þess að toga eða teygja það.

l) Lokaðu öllum sprungum í deiginu, ef þörf krefur.

m) Skerið umfram deig af með beittum hníf eða með kökukefli með því að rúlla yfir tertuformið.
n) Stungið varlega í botninn nokkrum sinnum með gaffli.
o) Hyljið tertuformið með plastfilmu og setjið í frysti þar til það er stíft, um 30 mínútur.
p) Forhitið ofninn í 400º F.
q) Klæðið kældu tertuskorpuna með tvöföldu lagi af smjörpappír eða álpappír.
r) Fylltu skorpuna með bökuþyngd.

BAKKA:

s) Bakið við 400º F í 15 – 18 mínútur, eða þar til brúnirnar eru stífnar og pappírinn/álpappírinn festist ekki lengur við deigið.
t) Takið tertuskorpuna úr ofninum. Fjarlægðu lóð og pappír.
u) Til að baka skorpuna að hluta: Eftir að lóðin hafa verið fjarlægð skaltu baka í 5 mínútur lengur.
v) Til að baka skorpuna að fullu: Eftir að lóðin hafa verið fjarlægð skaltu baka í um það bil 10 – 12 mínútur lengur, eða þar til þær eru gullnar og stökkar.
w)Færið yfir á grind og látið kólna alveg áður en fyllt er.

15. Heilhveiti tertuskorpu

Gerir: 9 tommu tertuskorpu

HRÁEFNI:

- ¾ bolli smjörlíki
- 1 ½ bolli heilhveiti
- ½ tsk salt
- 4 matskeiðar ísvatn, eða eftir þörfum

LEIÐBEININGAR:

a) Forhitaðu ofninn í 350 gráður F.
b) Setjið smjörlíki í ryðfríu stáli skál.
c) Hrærið með rafmagnshrærivél með róðrafestingu á lágum hraða þar til það er örlítið mjúkt.
d) Hellið hveiti og salti út í; haltu áfram að blanda á lágum hraða til að blanda saman.
e) Hellið ísvatni smám saman út í þar til deig myndast.
f) Skiptið deiginu í tvennt. Vefjið einn skammt af deiginu inn í plast og geymið í kæli til síðari nota.
g) Fletjið hinn hluta deigsins út á létt hveitistráðan flöt með létt hveitistráðri kökukefli.
h) Mótið í 9 tommu tertuform. Stingið deigbotninn jafnt með gaffli.
i) Bakið í forhituðum ofni þar til skorpan er léttbrúnt, 10 til 15 mínútur.

SÚKKULAÐITERTUR

16. Truffluterta með espressósósu

Gerir: 1 skammt

HRÁEFNI:

- 1½ bollar súkkulaðiskúffu mola
- 6 matskeiðar sætt smjör

FYLLING:

- 12 aura hálfsætt súkkulaði
- ½ bolli þungur rjómi
- 1 stafur af sætu smjöri,
- Skerið í bita og mýkið
- 2 matskeiðar Kahlua líkjör
- 1 klípa af salti

SÓSA:

- ½ bolli þeyttur rjómi
- 4 matskeiðar Sykur
- ¼ bolli smjör
- 1 tsk Fínmalað Espresso
- 1 tsk Kaffi

LEIÐBEININGAR:

a) Myljið eða myljið fínar súkkulaðidiskar í matvinnsluvél. Bræðið smjör og blandið í mola. Smullaðu í tertu- eða tertuform. Kælið þar til það er stíft áður en það er fyllt eða bakið við 300 gráður í 15 mínútur, kælið og fyllið.

b) Fylling: Blandið súkkulaðinu, rjómanum, smjörinu og Kahlua saman í stórum potti og hitið blönduna við vægan hita og hrærið þar til hún er orðin mjúk. Takið af hitanum og látið kólna í 30 mínútur við stofuhita.

c) Hellið í kælda tertuskurnina og geymið í kæli í að minnsta kosti 3 klukkustundir.

d) Sósa: Blandið saman rjóma, sykri og smjöri í pott. Eldið við lágan hita, hrærið oft þar til blandan sýður. Sjóðið í 5 mínútur, hrærið af og til. Takið af hitanum. Hrærið expresso ástæðu saman við.

e) Til að bera fram, setjið hæfilega mikið af volgri sósu á disk með brúnum. Efst með sneið af tertunni.

17. Dökk súkkulaðiterta með Gingersnap skorpu

Gerir: 10 skammta

SKORPU:

- 8 aura engiferkökur, grófbrotnar
- ¼ bolli saltað smjör, brætt

FYLLING:

- 12 aura bitursætt súkkulaði, smátt saxað
- 1 bolli þungur þeyttur rjómi
- 2 stórar eggjarauður
- 1 stórt egg
- ¼ bolli sykur
- 1 matskeið alhliða hveiti
- ⅛ teskeið nýmalaður svartur pipar
- Klípa af salti
- ¼ tsk kanill
- Mjúklega þeyttur rjómi, til framreiðslu

LEIÐBEININGAR:

FYRIR SKORPAN:

a) Forhitið ofninn í 325°F. Myljið engiferkökur smátt í örgjörvanum.

b) Bætið bræddu smjöri út í og vinnið þar til það er rakt.

c) Þrýstu molablöndunni þétt á botninn og hvolfið á 9 tommu þvermáli tertuformi með lausan botn.

d) Setjið pönnuna á bökunarplötuna með kantinum.

FYRIR FYLLINGU:

e) Blandið saman fínt söxuðu súkkulaði og þungum þeyttum rjóma í þungum meðalstórum potti.

f) Þeytið við vægan hita þar til súkkulaðið er bráðið og slétt.

g) Takið pottinn af hitanum.

h) Þeytið eggjarauður, egg, sykur, hveiti, malaðan svartan pipar, salt og kanil í skál til að blanda saman.

i) Þeytið súkkulaðiblöndunni smám saman út í eggjablönduna þar til hún er slétt og blandað.

j) Hellið súkkulaðifyllingunni í skorpuna.

k) Bakið súkkulaðitertu þar til fyllingin er örlítið blásin í brúnirnar og miðjan er mjúk í um það bil 30 mínútur. Flyttu yfir á grind. Kælið tertuna á pönnu í 20 mínútur.
l) Fjarlægðu hliðar tertuformsins varlega og kældu tertuna alveg.
m) Skerið tertan í þunnar báta og berið fram með mjúkum þeyttum rjóma.

18. Súkkulaði brownies terta

Gerir: 10 skammta

HRÁEFNI:

- 1 bolli flúoríð
- ¼ bolli Þéttpökkuð ljós púðursykur
- 1 eyri Súkkulaði; ósykrað, rifið
- ½ bolli Smjör; skorið í ½ tommu bita, vel kælt
- 2 matskeiðar Mjólk
- 1 tsk Vanilla
- 3 aura af ósykruðu súkkulaði
- 3 aura Hálfsætt súkkulaði
- ½ bolli Smjör; stofuhita, skorið í bita
- 1½ bollar Sykur
- 3 egg; takturinn til að blandast saman
- 2 teskeiðar Vanilla
- ½ bolli Hakkaðar valhnetur
- ¾ bolli Hveiti
- 4 aura Hálfsætt súkkulaði; bráðnað
- ¼ Smjör; stofuhiti
- 2 teskeiðar Grænmetisolía

LEIÐBEININGAR:

FYRIR sætabrauðið:

a) Blandið hveiti, púðursykri og rifnu súkkulaði saman í skál. Skerið í smjör þar til blandan líkist grófri máltíð. Blandið mjólk og vanillu saman við með gaffli þar til það er bara blandað saman. Smyrjið deigið í botninn og hliðarnar á 11 tommu tertuformi, hveiti fingurgómana eftir þörfum ef blandan verður of klístruð.

FYRIR FYLLINGU:

b) Hitið ofninn í 350 gráður. Bræðið súkkulaðið ofan á tvöföldum katli yfir heitu vatni. Takið af hitanum og hrærið smjöri út í einu stykki í einu.

c) Flyttu blönduna yfir í skál. Bætið við sykri og blandið vel saman; blandan verður kornótt.

d) Bætið við þeyttum eggjum, þriðjungi í einu, blandið vel saman eftir hverja viðbót. Blandið vanillu út í. Hrærið söxuðum hnetum saman við.

e) Bætið hveiti smám saman við og blandið vel saman eftir hverja viðbót. Hellið í sætabrauðsskel.

f) Bakið þar til miðjan er rétt stillt og prófunartæki sem er sett í miðjuna kemur hreint út, 20 til 25 mínútur.

g) Látið tertuna kólna á grind.

FYRIR KRUN:

h) Blandið súkkulaði, smjöri og olíu saman í skál og blandið þar til slétt.

i) Kælið niður í smurhæft þykkt, þeytið af og til.

j) Smyrjið kremið ofan á tertuna. Létt standa þar til kremið hefur sest.

k) Skerið í báta til að bera fram.

19. Súkkulaðismjörtertur

Gerir: 12 tertur

HRÁEFNI:

- 3 ferninga af súkkulaði
- 12 Óbakað með. terturskeljar
- ¾ bolli Léttpakkaður púðursykur
- ¼ bolli Maíssíróp
- 1 Egg
- 2 matskeiðar Smjör; mýkt
- 1 tsk Vanilla
- 1 tsk Edik
- klípa Salt
- 1 Ferkantað bitursætt súkkulaði brætt

LEIÐBEININGAR:

a) Saxið hvern af þremur ferningum af súkkulaði í 16 bita.

b) Settu 4 bita í botninn á hverri tertuskurn. Þeytið saman púðursykur, maíssíróp, egg, smjör, vanillu, ediki og salt. Skeið í terturskeljar, fyllið þrjá fjórðu fullt.

c) Bakið við 450 gráður í 12-14 mínútur, eða þar til fyllingin er blásin og freyðandi og deigið létt gyllt. Auðvelt að kæla á grindur.

d) Dreypið bræddu súkkulaði yfir.

20. Súkkulaði kókos smátertur

Gerir: 36 skammta

HRÁEFNI:

- 14 oz sætt þétt Mjólk
- 2 matskeiðar Heslihnetulíkjör eða vatn
- 2 matskeiðar Vatn
- 1 pakki af instant súkkulaði

PUDDING BLANDA

- 13 ¾oz pakki af mjúkum makrónum
- 1 bolli Fínt saxaðar pekanhnetur
- 2 matskeiðar Ósykrað kakóduft
- ⅔ bolli Þeyttur rjómi

KOKOSKORPA

- Ristað kókos, valfrjálst
- Þeyttur rjómi, valfrjálst
- ⅓ bolli Smjör eða smjörlíki, brætt

LEIÐBEININGAR:

a) Blandið saman sætri þéttri mjólk, líkjör eða vatni og vatni.

b) Bætið við búðingblöndunni og kakóduftinu. Þeytið þar til slétt.

c) Lokið og kælið í 5 mínútur.

d) Þeytið ⅔ bolla af þeyttum rjóma að mjúkum toppum; blandið saman við súkkulaðiblönduna.

e) Hlaðið í kókosskorpu. Kældu í 2 til 24 klukkustundir.

f) Skreytið með þeyttum rjóma og ristaðri kókos ef vill.

KOKOSKORPA:

g) Blandið saman makrónum, pekanhnetum og smjöri.

h) Þrýstu 1 matskeið blöndu í botn og upp hliðar á 36 vel smurðum 1¾" muffinsbollum.

i) Bakið í 375 gráðu heitum ofni í 8-10 mínútur eða þar til brúnirnar eru brúnar. Kælið á grind.

j) Losa; fjarlægðu úr bollum.

21. Súkkulaði heslihnetuterta

Gerir: 8 skammta

HRÁEFNI:

- 3 matskeiðar Kakóduft
- ¼ bolli Sykur
- 4 matskeiðar Smjör
- 1 egg
- 4 aura Bitursætt eða hálfsætt súkkulaði
- ¼ t matarsódi
- 4 matskeiðar Smjör
- 1 bolli Dökkt maíssíróp
- ½ bolli Sykur
- 3 egg
- 2 matskeiðar Dimmt herbergi

SÚKKULAÐIDEIG

- 1 bolli Óbleikt fyrir alla notkun
- Klípa af salti

FYLLING

- 2 bollar heilar heslihnetur

LEIÐBEININGAR:

a) Sigtið teið þurr hráefni saman þrisvar sinnum.

b) Nuddið smjörinu út í og vætið með egginu .

c) Mótið í disk, pakkið inn og kælið. Að elda súkkulaði-heslihnetufyllinguna.

d) Settu heslihneturnar á bökunarpönnu og ristaðu við 350 gráður F þar til hýðið er laust og losnar auðveldlega í um það bil 10 mínútur. Nuddaðu heslihneturnar í handklæði til að fjarlægja hýðið.

e) Saxið heslihneturnar gróft, í höndunum eða með matvinnsluvél. Blandið súkkulaðinu saman við smjörið í skál. Látið suðuna koma upp í litla pönnu af vatni og slökkvið á hitanum.

f) Setjið skálina með súkkulaði og smjöri yfir heita vatnið og hrærið til að bráðna. Blandið maíssírópinu og sykrinum saman á pönnu. Látið suðuna koma upp að fullu við meðalhita.

g) Takið af hitanum og hrærið súkkulaðiblöndunni saman við. Þeytið eggin og saltið með valfrjálsu rommi. Þeytið súkkulaðiblönduna út í, passið að slá ekki of mikið. Samsetning.

h) Létt hveiti vinnuflötinn og deigið. Rúllaðu deiginu á 14 tommu þvermál disk, ⅛ tommu þykkt.

i) Klæddu 10 tommu tertuform með deiginu, snyrtu afganginn í burtu.

j) Hrærið rifnum heslihnetunum út í fyllinguna og hellið fyllingunni í pönnuna. Baka. Bakið við 350 gráður F þar til fyllingin er stillt og skorpan er bökuð í um það bil 40 mínútur. Að halda. Geymið tertuna við stofuhita í allt að 2 daga.

22. Súkkulaði mascarpone hnetuterta

Gerir: 1 skammt

HRÁEFNI:

- 1 bolli Hveiti
- ¾ bolli Kornsykur
- ½ tsk Salt
- 1 bolli Ósykrað basískt kakóduft
- 6 aura Kælt ósaltað smjör skorið í ½ tommu bita
- 4 stórar Eggjarauður
- 6 aura Bitursætt súkkulaði; smátt saxað
- 1 bolli Sýrður rjómi
- 1 bolli Þungt krem
- ½ bolli Kornsykur; skipt
- 2 stórar Egg
- 4 stórar Eggjarauður
- 2 teskeiðar Maíssterkja
- 8 aura Mascarpone ostur
- ¾ bolli Þungt krem
- 4 aura Kastaníumauk
- ½ bolli Sælgætissykur
- 1 tsk Vanilludropar

LEIÐBEININGAR:

a) Blandið saman hveiti, sykri, salti og kakódufti í matvinnsluvél með málmskurðarblaði. Púlsaðu vélina átta til níu sinnum til að blanda saman. Dreifið smjörinu yfir hveitiblönduna og pulsið vélina þar til smjörið er skorið í hveitið og blandan líkist grófu mjöli.

b) Bætið eggjarauðunum út í og haltu áfram að vinna aðeins í kveikja/slökktu pulsum þar til blandan er jafnt innbyggð og agnirnar byrja að haldast saman. Skafið deigið á vinnuborð og mótið það í kúlu. Fletjið það út í disk og pakkið inn í plastfilmu. Kældu í 1 klukkustund.

c) Settu grind í miðju ofnsins og forhitaðu í 350 gráður F.

d) Fjarlægðu kælda diskinn úr kæliskápnum. Setjið deigið á milli tveggja plastfilmu og rúllið deiginu í litla hring. Lyftu og snúðu deiginu fjórðungs snúning eftir hverja rúlla. Haltu áfram að rúlla þar til hringurinn mælist um það bil 14 tommur í þvermál og er um ⅛ tommu þykkur. Fjarlægðu efsta lagið af plastfilmu.

e) Rúllaðu deiginu varlega í kringum kökukeflinn og færðu það yfir á 12 tommu rifið tertuform með lausan botn. Rúllið deiginu út í pönnuna. Lyftið brúnunum á deiginu og þrýstið deiginu varlega í botninn og upp með hliðum formsins. Skerið allt umfram deig af. Kælið deigið í 20 til 30 mínútur, þar til það er stíft.

f) Bakið tertuskurnina í 20 til 30 mínútur eða þar til hún hefur stífnað. Sett á grind og kælt alveg.

SÚKKULAÐI krem:

g) Setjið saxað súkkulaðið í skál og setjið til hliðar.

h) Hitið sýrða rjómann, þungan rjóma og ¼ bolla af sykri í miðlungslausan pott sem ekki er ætandi að sjóða við meðalháan hita.

i) Í skál með rafmagnshrærivél, þeytið egg, eggjarauður, maíssterkju og afganginn af ¼ bolli af sykri á meðalhraða þar til það er orðið fölt. Þeytið þriðjung af heitu rjómablöndunni út í eggjablönduna og setjið alla blönduna aftur á pönnuna.

j) Eldið við meðalháan hita á meðan hrært er stöðugt með þeytara í 3 til 5 mínútur eða þar til það er þykkt. Hellið þykknu blöndunni yfir frátekið súkkulaðið og þeytið þar til það hefur blandast inn.

k) Skafið blönduna í tilbúna skorpu og sléttið toppinn með gúmmíspaða. Kældu í kæli í 2 klst.

MASCARPONE ÁLAG:

l) Í 4½ lítra skál af kraftmikilli hrærivél, notaðu vírþeytuna, blandaðu saman mascarpone, þungum rjóma, kastaníumauki, sælgætissykri og vanillu.

m) Þeytið á meðalháum hraða þar til mjúkir toppar myndast. Setjið blönduna í sætabrauðspoka með miðlungs stjörnuodda og pípu í skeljamynstri sem hylur toppinn á kældu tertunni.

n) Kælið tertuna í 1 klukkustund áður en hún er borin fram.

23. Smá súkkulaðitertur

Gerir: 50 skammta

HRÁEFNI:

- 2¼ bollar Hveiti
- ¾ bolli Smjörlíki
- ⅓ bolli Sælgætissykur
- ⅔ bolli Hálfsætir súkkulaðibitar
- 2 matskeiðar Smjörlíki
- ½ bolli Sykur
- ½ bolli Maíssíróp
- 2 Egg
- ¼ bolli Pekanhnetur, saxaðar
- 1 bolli Þurrkuð kókos

LEIÐBEININGAR:

a) Blandið saman hveiti, ¾ bolli smjörlíki og flórsykri. Þrýstu um 1 tsk af sætabrauði jafnt á botninn og hliðarnar á ósmurðum pínulitlum muffinsbollum.

b) Bræðið súkkulaðibita og 2 matskeiðar af smjörlíki í tvöföldum katli yfir sjóðandi vatni þar til franskar og smjörlíki eru bráðnar; fjarlægðu af hitanum.

c) Blandið sykri og sírópi út í; þeytið eggjum út í.

d) Setjið 1 til 2 teskeiðar af súkkulaðiblöndunni í hverja tertuskurn og fyllið aðeins upp að ¾ fullt.

e) Stráið pekanhnetum og kókos yfir.

f) Bakið í 350 gráðu heitum ofni í 20 til 25 mínútur.

g) Kælið í nokkrar mínútur.

h) Takið varlega úr muffinsbollunum með hnífsoddinum. Kælið alveg. Toppið með sykruðum þeyttum rjóma ef vill.

24. Súkkulaðitruffluterta með hindberjum

Gerir: 6 skammta

HRÁEFNI:

- 1 bolli Hveiti, til allra nota
- ½ bolli Sykur, kornaður
- ½ bolli Kakóduft
- 3 aura Smjör; kældur
- 1 Egg
- 6 aura Hálfsætt súkkulaði; hakkað
- 2 bollar Þeyttur rjómi
- 3-4 bollar hindber

LEIÐBEININGAR:

SÚKKULAÐADÆK:

a) Blandið saman hveiti, sykri og kakói í skál matvinnsluvélar.

b) Púlsaðu 2 eða 3 sinnum til að lofta. Skerið smjörið í bita og dreifið yfir hveitið.

c) Með mótorinn í gangi skaltu hella öllu egginu í gegnum fóðurrörið.

d) Vinnið mjög stuttlega - ekki láta deigið blandast saman því þá verður sætabrauðið þitt seigt.

e) Takið deigið úr vinnuskálinni og setjið til hliðar við stofuhita þar til fyllingin er búin.

TÓFFLUFYLLING:

f) Setjið saxað súkkulaðið í meðalstóra skál og látið suðuna koma upp við meðalháan hita.

g) Hellið súkkulaðið yfir og þeytið þar til allt súkkulaðið er bráðið. Hyljið með plastfilmu og geymið í kæli þar til sést.

h) Forhitið ofninn í 375F. Vinnið súkkulaðibrauðið með höndunum og þrýstið því í tertuform með lausan botn; reyndu að fá jafna þykkt. Kældu í 20 mínútur. Stingið botninn á deiginu með gaffli.

i) Bakið í forhituðum ofni í 20 til 25 mínútur. Kælið alveg. ÞÍÐA

SAMSETNING:

j) Fjarlægðu tertuna varlega úr forminu og settu hana á fat. Setjið trufflufyllinguna yfir pípuna í skelina og sléttið yfirborðið. Raðið hindberjunum ofan á í sammiðja hringi.

25. Trönuberja- og hvítsúkkulaðiterta

Gerir: 1 skammt

HRÁEFNI:

- 2½ bollar Trönuber; ferskt eða frosið og afþiðið
- ¼ bolli Ferskur appelsínusafi
- ½ bolli Sykur
- 1 bolli Malaðar hvítaðar möndlur
- 1⅔ bolli Óbleikt alhliða hveiti
- ½ bolli Sykur
- ½ tsk Lyftiduft
- 1 tsk Malaður kanill
- ¼ teskeið Malað mús
- ½ pund Kalt ósaltað smjör; skera í 16 bita
- 1 stór Egg
- 1 stór Eggjarauða
- 1 tsk Vanilludropar
- 6 aura Hvítt súkkulaði; hakkað
- Flórsykur; fyrir rykhreinsun

LEIÐBEININGAR:

a) Eldið trönuberin, appelsínusafann og sykurinn í meðalstórum potti við meðalhita þar til blandan nær að sjóða.

b) Lækkið hitann í miðlungs-lágan og látið malla, hrærið af og til, þar til vökvinn verður þykkur og síróпskennt, um það bil 10 mínútur. Trönuberjablandan mun hafa sultulíka samkvæmni. Setjið til hliðar til að kólna vel, um 30 mínútur. Blandan mun þykkna í fasta sultu þegar hún er kólnuð.

c) Setjið ofngrind í miðjum ofninum og hitið ofninn í 350 gráður. Smyrjið 9 tommu springform.

d) Blandið saman möndlum, hveiti, sykri, lyftidufti, kanil og mace í skál rafmagnshrærivélarinnar. Blandið á lágum hraða bara til að blanda hráefninu saman, um það bil 10 sekúndur. Bætið smjörinu út í og blandið þar til flestir smjörbitarnir eru á stærð við baunir, um 1 mínúta. Blandan mun líta út fyrir að vera mylsnuð og mylsnurnar eru mismunandi að stærð.

e) Með hrærivélinni í gangi, bætið egginu, eggjarauðunum og vanillu út í. Blandið þar til blandan loðir saman og dregur sig frá hliðum skálarinnar, um 30 sekúndur. Geymið 1 bolla af blöndunni fyrir grindaráleggið og kælið það á meðan þú undirbýr skorpuna.

f) Þrýstið afgangnum af deiginu jafnt yfir botninn og 1¼ tommu upp á hliðar tilbúnu pönnunarinnar. Stráið hvíta súkkulaðinu jafnt yfir skorpuna. Notaðu þunnan málmspaða til að dreifa kældu trönuberjablöndunni jafnt yfir hvíta súkkulaðið.

g) Fjarlægðu frátekið deigið úr kæliskápnum. Notaðu um það bil 2 matskeiðar af deiginu fyrir lengstu strengina og minna fyrir styttri strengina, rúllaðu stykki af deiginu fram og til baka til að mynda strengi af deigi um það bil ½ tommu í þvermál. Ef reipi brotna skaltu klípa þau saman aftur.

h) Settu 9 tommu langt reipi yfir miðja tertunnar. Settu reipi um það bil 2 tommur í sundur, settu reipi um það bil 8 tommur að lengd hvoru megin við miðju reipið. Settu reipi um það bil 4 ½ tommu langt nálægt hvorum enda tertunnar. Þú munt hafa 5 reipi af deiginu yfir toppinn á tertunni.

i) Snúðu tertuforminu hálfa snúning og settu 5 strengi til viðbótar jafnt yfir toppinn á tertunni fyrir grindarmynstur. Bakið tertan þar til toppurinn er gullinbrúnn, um 1 klst. Kælið tertuna vel á pönnunni. Stráið flórsykri yfir áður en það er borið fram.

26. Tvöföld súkkulaðikremterta

Gerir: 12 skammta

HRÁEFNI:

- 1 bolli Hveiti; skipt
- ¼ bolli Ísvatn
- 1 msk Vanilla; skipt
- ¾ bolli ósykrað kakó; skipt
- 2 matskeiðar Sykur
- ¼ teskeið Salt
- ¼ bolli Grænmetisstytting
- Matreiðslusprey
- 14 aura dós fitulaus sætt þétt mjólk
- 6 aura ⅓ fituskert rjómaostur; mýkt
- 1 stór Egg
- 1 stór Eggjahvíta
- 1½ bollar Frosið þeytt álegg með minni kaloríu; þiðnað
- 1 eyri Hálfsætt súkkulaði; smátt saxað

LEIÐBEININGAR:

a) Hitið ofninn í 350°. Blandið ¼ bolli af hveiti, ísvatni og 1 tsk vanillu saman, hrærið með þeytara þar til það er vel blandað saman; setja til hliðar.

b) Blandið ¾ bolli af hveiti, ¼ bolli af kakói, sykri og salti saman í skál; skerið í matinn með sætabrauðsblöndunartæki eða 2 hnífum þar til blandan líkist grófri máltíð.

c) Bætið við ísvatnsblöndu; hrærið með gaffli þar til það er rakt og mylsnandi.

d) Ýttu varlega á blönduna í 4 tommu hring á þungum plastfilmu; hylja með viðbótarplastfilmu.

e) Rúllaðu deiginu, enn þakið, í 13 tommu hring.

f) Setjið deigið í frysti í 30 mínútur eða þar til auðvelt er að fjarlægja plastfilmuna.

g) Fjarlægðu efstu blaðið af plastfilmu; settu deigið, með afhjúpuðu hliðinni niður, í 10 tommu hringlaga tertu sem hægt er að fjarlægja með botni, húðuð með matreiðsluúða.

h) Fjarlægðu það sem eftir er af plastfilmu. Brjóta brúnir.
i) Gataðu botninn og hliðar deigsins með gaffli; bakað við 350° í 4 mínútur.
j) Kælið á vírgrind. Setjið tertuform á ofnplötu; setja til hliðar.
k) Þeytið ½ bolla af kakói og mjólk á meðalhraða í hrærivél þar til það er blandað saman.
l) Bæta við osti; slá vel. Bætið við 2 teskeiðum af vanillu, eggi og eggjahvítu; þeytið bara þar til slétt.
m) Hellið blöndunni í skorpuna; bakað við 350° í 25 mínútur eða þar til stíft.
n) Dreifið þeyttu áleggi yfir tertuna; stráið söxuðu súkkulaði yfir.

27. Fudgy súkkulaðiterta

Gerir: 12 skammta

HRÁEFNI:

- 8 aura af súkkulaði; brotinn í bita
- ⅓ bolli Smjörlíki eða smjör
- 2 stórar egg; við stofuhita
- 1 tsk Vanilludropar
- ⅓ bolli Kornsykur
- ¾ bolli Hveiti
- ¼ teskeið Salt
- 4 aura Mascarpone ostur; við stofuhita

LEIÐBEININGAR:

a) Þessi hátíðlega eftirréttur er dásamlega ríkur og er með brownie-líka áferð með áherslu á sætum, rjómalöguðum mascarpone osti.

b) Hitið ofninn í 350 gráður. Smyrjið 9 tommu tertuform með lausan botn; setja til hliðar.

c) Bræðið súkkulaði og smjörlíki í litlum þungum potti við lágan hita og hrærið oft. Takið af hitanum.

d) Í skál, þeytið egg og vanillu með rafmagnshrærivél á meðalhraða í 30 sekúndur. Þeytið sykur smám saman út í; berið í 1 mínútu. Þeytið súkkulaðiblönduna út í, skafið niður hliðarnar á skálinni einu sinni. Þeytið hveiti og salt út í á lágum hraða þar til það er blandað saman. Dreifið deiginu jafnt á tilbúna pönnu.

e) Setjið ost í skál og hrærið vel með gaffli. Setjið teskeið af handahófi yfir yfirborð súkkulaðideigsins. Notaðu beittan hníf og hrærðu ostablöndunni í súkkulaðiblönduna til að skapa marmaraáhrif.

f) Bakið þar til miðjan er rétt stillt, 20 til 25 mínútur. Fjarlægðu pönnuna á vírgrind og kældu alveg. Hyljið tertu með plastfilmu; setjið í stóran plastfrystipoka og frystið í allt að 6 vikur áður en það er borið fram.

g) Þíða alveg við stofuhita. Takið af tertuforminu.

h) Skerið í báta og berið fram.

28. Ferskir ávextir og súkkulaðiterta

Gerir: 8 skammta

HRÁEFNI:

- 1¼ bollar Hveiti
- 4 aura Stafsmjör; mýkt
- 3 matskeiðar Sykur
- 1 tsk Vanilludropar
- ¼ bolli Pekanhnetur eða valhnetur smátt saxaðar
- 1 bolli Mjólkursúkkulaðispænir
- ⅓ bolli Sýrður rjómi
- Ferskir ávextir á tímabili
- 3 matskeiðar apríkósu eða frælaust
- Hindberjasulta

LEIÐBEININGAR:

a) Forhitið ofninn í 400°F.

SKORPU

Blandið saman hveiti, smjöri, sykri, ½ tsk vanillu og pekanhnetum í skál. Blandið með gaffli þar til blandan líkist fínum mola. Hnoðið þar til deigið heldur saman.

b) Þrýstu deiginu þétt og jafnt á botninn og hliðarnar á 9½ tommu rifnu málmtertuformi með lausan botn.

c) Bakið í 14 til 16 mínútur, eða þar til gullið. Svolítið flott.

FYLLING

d) Hitið súkkulaðiflögur í örbylgjuofni á háum hita í 2 bolla glerskál í um það bil 1 mín, eða þar til þær eru alveg bráðnar og sléttar þegar hrært er í. Hrærið sýrðum rjóma saman við og ½ tsk vanillu sem eftir er.

e) Dreifið fyllingunni jafnt yfir kælda skorpuna. Kælið í 2 til 3 klukkustundir, eða yfir nótt.

f) Um það bil 1 klukkustund áður en borið er fram, skerið ferskjur, nektarínur, kiwi eða kantalópa í sneiðar eða hálfmána; tæmdu ávextina á pappírshandklæði ef þeir eru mjög safaríkir. Raðið í sammiðja hringi eða aðra hönnun ofan á súkkulaðifyllinguna.

g) Fylltu í með vínberjum og berjum þar til toppurinn er alveg þakinn ávöxtum. Hitið sultuna í örbylgjuofni eða við vægan hita þar til hún bráðnar. Penslið sultu yfir ávextina. Geymið í kæli þar til borið er fram.

h) Rétt áður en borið er fram skaltu fjarlægja hliðina á pönnunni og setja tertuna á borð.

29. Krydduð súkkulaðiterta

Gerir: 1 skammt

HRÁEFNI:

- 1 bolli Óbleikt alhliða hveiti
- 2 matskeiðar Kakóduft
- ¼ bolli Sykur
- 1 klípa Salt
- ½ tsk Lyftiduft
- 4 matskeiðar Ósaltað smjör
- 1 stór Egg
- ⅓ bolli Vatn
- ⅓ bolli Sykur
- ½ Stingið ósaltað smjör
- 6 aura af hálfsætt súkkulaði
- 3 stórar Egg
- 1 tsk Malaður kanill
- ½ tsk Malaður negull

LEIÐBEININGAR:

a) Fyrir deigið: Setjið hveiti í skál og sigtið kakóduftið yfir. Hrærið sykri, salti og lyftidufti saman við. Nuddaðu smjörinu fínt út í og skildu blönduna eftir kalda og duftkennda. Þeytið eggið og hrærið því út í deigið. Þrýstið deiginu saman og pakkið inn og kælið.

b) Hitið ofninn í 350 gráður og setjið grindina í neðri þriðjung ofnsins. Rúllaðu deiginu á hveitistráðu yfirborði og klæððu smurða 10 tommu tertuform. Setja til hliðar.

c) Í potti, við meðalhita, hitið sykur og vatn að suðu. Bætið smjöri út í og hitið áfram til að bræða smjör. Af hita þeyttu fínskornu súkkulaði út í. Þeytið egg með kryddi, þeytið síðan súkkulaðiblönduna saman við. Hellið í tertuskurn.

d) Bakið í um 30 mínútur, þar til það er vel lyft og stíft. Kælið á grind.

e) Takið tertuna upp og berið fram með sætum þeyttum rjóma.

30. Jarðarberjahvít súkkulaðimústerta

Gerir: 8 skammta

HRÁEFNI:

BÆKUR:

- 1¾ bollar Óbleikt hveiti
- ¼ bolli Þéttpakkað ljósbrúnt Sykur
- 2½ tsk Appelsínubörkur, rifinn
- ⅛ teskeið Salt
- 1¾ Stingur ósaltað smjör
- 1½ matskeiðar Ferskur appelsínusafi
- 1 Eggjarauða
- 1 tsk Vanilludropar
- 2 aura af hvítu súkkulaði

MOUSSE:

- 6 aura af hvítu súkkulaði
- ¼ bolli Þungt krem
- 1 stór Eggjahvíta
- 1 msk Sykur
- ½ bolli Þeyttur rjómi, þeyttur
- 2 matskeiðar Grand Marnier
- 1 stór Jarðarber, með stilkum
- 25 stór Jarðarber, grófhreinsuð
- ½ bolli Jarðaberja sulta

LEIÐBEININGAR:

a) Fyrir sætabrauðið: Blandið fyrstu 4 hráefnunum saman í skál. Bætið smjöri út í og skerið í blönduna þar til hún líkist fínu máltíð. Blandið appelsínusafa saman við eggjarauðu og vanillu. Bætið við nægri safablöndu til að þurrka innihaldsefnin til að mynda kúlu sem kemur saman.

b) Safnaðu deiginu í kúlu og flettu það út í um það bil 12 tommu hring.

c) Settu grindina í miðju ofnsins og hitaðu í 375 gráður.

d) Fletjið deigið út á milli plastfilmu í ⅛ tommu þykkt. Klipptu í 11 tommu hring.

e) Fjarlægðu plastfilmu af toppnum og hvolfið í 10 tommu kringlótt springform með lausan botn. Fjarlægðu plastfilmuna og þrýstu í botn- og upphliðar pönnu...kreppu efstu brúnirnar.

f) Frystið í 15 mínútur. Klæðið tertuskurnina með álpappír og bætið við bökuþyngd eða baunum.

g) Bakið þar til hliðarnar eru stífnar - um það bil 10 mínútur.

h) Fjarlægðu álpappír og lóð. Bakið skorpuna þar til þær eru gullinbrúnar - um 16-20 mínútur.

i) Stráið tveimur aura af hvítu súkkulaði yfir heita skorpuna. Auðvelt að standa í um það bil 1 mínútu.

j) Dreifið súkkulaði yfir botninn og hliðarnar með bakinu á skeið.

k) Færið yfir á grind til að kólna.

31. Sænskar súkkulaðieftirréttarkóngstertur

Gerir: 6 skammta

HRÁEFNI:

- 2¼ bollar Pillsbury's besta alhliða hveiti
- ½ bolli Sykur
- ⅓ bolli Kakó
- ½ tsk Tvívirkt lyftiduft
- ½ tsk Salt
- ¾ bolli Smjör
- 1 Egg; örlítið barinn
- 1 msk Mjólk - Fylling
- 1 Egg
- ¼ bolli Sykur
- ¼ bolli Pillsbury's besta alhliða hveiti
- 1 bolli Mjólk
- 1 tsk Frönsk vanilla
- ½ bolli Þeyttur rjómi -Fyrir súkkulaðifyllingu---
- 3 matskeiðar Kakó
- 3 matskeiðar Sykur -Súkkulaðikrem---
- 2 matskeiðar Smjör; bráðnað
- 2 matskeiðar Kakó
- ½ bolli Sælgætissykur
- 1 Eggjarauða
- ¼ teskeið Frönsk vanilla

LEIÐBEININGAR:

a) Bakið við 375 gráður í 12 til 15 mínútur.
b) Sigtið saman hveiti, sykur, kakó, lyftiduft og salt.
c) Skerið í smjör þar til agnir eru á stærð við litlar baunir.
d) Bætið við 1 örlítið þeyttu eggi og 1 tveimur matskeiðum mjólk; blandaðu saman með gaffli eða sætabrauðsblöndunartæki.
e) Setjið á stóra ósmurða bökunarplötu.
f) Fletjið út á ofnplötu með hveitistráðum kökukefli í 15 x 11 tommu rétthyrning.

g) Skerið brúnirnar með hníf eða sætabrauðshjóli. Skerið í þrjá 11 x 5 tommu ferhyrninga.

h) Bakið í hóflegum ofni, 375 gráður, í 12 til 15 mínútur.

i) Kælið á ofnplötu. Losið varlega með spaða.

j) Settu lög ofan á pappa sem er þakinn álpappír og dreifðu fyllingu á milli laga að innan við ¼ tommu frá brún.

k) Frost toppur. ef vill, skreytið með ristuðum möndlum. Kælið þar til frostið hefur stífnað.

l) Vefjið lauslega inn í álpappír; kældu yfir nótt.

FYLLING:

m) Þeytið 1 egg þar til það er létt og ljóst.

n) Bætið sykri smám saman út í, þeytið stöðugt þar til þykkt og ljóst. Blandið hveiti saman við.

o) Bætið smám saman við mjólk sem hefur verið brennd ofan á tvöföldum katli.

p) Setjið blönduna aftur í tvöfaldan ketil. Eldið yfir sjóðandi vatni, hrærið stöðugt í, þar til það er þykkt og slétt. Bæta við vanillu; flott.

q) Þeytið ½ bolla af þeyttum rjóma þar til hann er þykkur og blandið saman við fyllinguna.

r) Blandið saman ½ bolli þeyttum rjóma, kakói og sykri. Þeytið þar til það er þykkt.

SÚKKULAÐI KLÚR:

s) Blandið bræddu smjöri, kakói, sælgætissykri, eggjarauðu og vanillu saman við. Þeytið þar til slétt.

32. Hvítt súkkulaði banana rjómaterta

Gerir: 8 skammta

HRÁEFNI:

- ½ bolli ósaltað smjör, stofuhita
- 6 matskeiðar Sykur
- 1 stór Egg
- 1 bolli Auk 6 T alhliða hveiti
- 3 stórar Eggjarauður
- 2 matskeiðar Sykur
- 2 matskeiðar Maíssterkja
- 1 bolli Mjólk
- ½ Vanillustöng skipt eftir endilöngu
- 3 aura Innflutt hvítt súkkulaði smátt saxað
- 1 msk Ósaltað smjör
- ½ bolli Kældur þeyttur rjómi
- 3 Bananar, afhýddir
- 1½ matskeiðar Bananalíkjör
- 1 msk Ferskur sítrónusafi
- 4 aura Innflutt hvítt súkkulaði, rakað með grænmetisskeljara

LEIÐBEININGAR:

BÆKUR:

a) Notaðu rafmagnshrærivél, þeytið smjör og sykur í skál þar til það hefur blandast saman.

b) Bæta við eggjum; þeytið þar til blandað. Bætið hveiti út í og þeytið í 2 mínútur.

c) Safnið deiginu í kúlu og fletjið það út í disk.

d) Pakkið inn í plast og kælið í 3 klst.

e) Forhitið ofninn í 375'F. Fletjið deigið út á hveitistráðu yfirborði í 12 tommu þvermál hring.

f) Flyttu yfir í 9 tommu þvermál tertuform með færanlegum botni.

g) Klipptu skorpuna, skildu eftir ¼ tommu yfirhengi. Geymdu sætabrauðsleifar.

h) Brjótið brúnirnar yfir tvær og myndið tvöfaldar hliðar. Frystið í 15 mínútur. Klæðið deigið með álpappír.

i) Fylltu með þurrkuðum baunum eða bökuþyngd. Bakið í 15 mínútur. Fjarlægðu álpappír og baunir.

j) Gerðu við allar sprungur með fráteknum sætabrauðsleifum. Bakið þar til það er gullið, um 20 mínútur.

k) Kælið alveg.

FYLLING:

l) Þeytið eggjarauður, sykur og maíssterkju í skál þar til blandast saman.

m) Hellið mjólk í þunga pönnu. Skafið fræin úr vanillustönginni; bæta við baun.

n) Látið suðuna koma upp í blöndunni.

o) Þeytið mjólkurblönduna út í eggjablönduna.

p) Setjið blönduna aftur í sama pott og látið suðuna koma upp og þeytið stöðugt. Sigtið í skál.

q) Bæta við 3 aura af saxuðu hvítu súkkulaði og smjöri; hrærið þar til bráðið. Lokið og kælið í að minnsta kosti 3 klukkustundir.

r) Þeytið rjóma í skál að stífum toppum. Blandið hvíta súkkulaðikreminu saman við. Skerið banana í ¼ tommu þykkar sneiðar.

s) Flyttu í skál; bætið við líkjör og sítrónusafa og blandið saman. Brjótið banana saman við sætabrauðskremið. Fylling með skeið í tertuskurnina, sett í miðjuna.

t) Toppið með súkkulaðispæni. Kældu í að minnsta kosti 1 klukkustund og allt að 6 klukkustundir.

33. Dökk súkkulaðiterta

Gerir: 1 skammt

HRÁEFNI:

- 250 grömm af ósaltuðu smjöri
- 125 grömm af vanillusykri
- 250 grömm af venjulegu hveiti
- 125 grömm Semolína
- 180 grömm af dökku beiskt súkkulaði
- 5 matskeiðar Koníak
- 4 Egg
- 3 matskeiðar Maísmjöl
- 400 grömm af strásykri
- 600 millilítrar Einstakt krem
- 1 Vanillustöng
- 125 grömm af ósaltuðu smjöri

LEIÐBEININGAR:

a) Hitið ofninn í 180C/gas 4. Útbúið smákökuna. Hrærið smjör og vanillusykur saman í skál þar til létt og ljóst.

b) Blandið saman hveiti og semolina. Bætið smjörinu smám saman út í þar til mylsnandi deig hefur myndast. Hnoðið deigið varlega og varlega þar til það bindist saman og yfirborðið er slétt. Fletjið þunnt út til að raða 6 lausbotna 4 tommu tertuformum. Stungið undirstöður. Kælið vel í klukkutíma. Klæðið með álpappír og bökunarbaunum.

c) Bakið kökuform blind í 20 mínútur eða svo í forhituðum ofni þar til þær eru fulleldaðar. Fjarlægðu baunir og álpappír og haltu áfram að þurrka í ofninum ef þarf. Útbúið súkkulaðifyllinguna. Brjótið súkkulaðið í ferninga. Setjið í skál yfir vatnspönnu eða tvöfaldan katli. Bætið koníaki út í súkkulaði.

d) Hitið varlega þar til súkkulaðið er bráðið. Þeytið egg í skál. Blandið maísmjöli og sykri saman við og bætið við smá rjóma ef þarf.

e) Hitið afganginn af rjómanum í potti með vanillustöngum þar til hann er næstum því að sjóða.

f) Hrærið heitum rjóma út í blönduðu eggjablönduna.

g) Skolið rjómapottinn í köldu vatni. Skilaðu blöndunni aftur til að borga og bætið bræddu súkkulaði út í. Eldið varlega, hrærið stöðugt í, þar til blandan þykknar og maísmjölið er soðið. Smakkaðu blönduna til að athuga hvort hún sé ekki hveitikennd. Þetta mun taka á bilinu 6-8 mínútur. Fjarlægðu vanillustöngina.

h) Kælið fyllinguna aðeins. Mýkið smjörið og látið kólna. Þeytið mjúkt smjör út í súkkulaðifyllinguna. Hellið í kældar tertur og látið stífna.

i) Þegar kalt er búið til súkkulaðiblöð með bræddu súkkulaði og notaðu til að skreyta terturnar.

Sjávarfangstertur

34. Alaskan sjávarfangstertur

Gerir: 6 skammta

HRÁEFNI:

- 418 grömm af niðursoðnum bleikum Alaskan laxi
- 350 grömm Pakki filo sætabrauð
- 3 matskeiðar Valhnetuolía
- 15 grömm af smjörlíki
- 25 grömm af venjulegu hveiti
- 2 matskeiðar grísk jógúrt
- 175 grömm af sjávarfangsstangum; hakkað
- 25 grömm af valhnetum, saxaðar
- 100 grömm Rifinn Parmesan EÐA rifinn Cheddar ostur

LEIÐBEININGAR:

a) Forhitið ofninn í 80 C, 350 F, gasmark 4. Smyrjið 8 einstaka tertuform eða ofnheldar búðingsskálar létt.

b) Tæmdu dósina af laxi og gerðu safann allt að 200ml / 7fl.únsur með vatni fyrir fiskistofn. Flögu laxinn. Setja til hliðar.

c) Penslið hverja lak af filodeig með olíu og brjótið í sextán 12,5 cm / 5 tommu ferninga. Setjið einn ferning í hvert tertuform og látið oddhvass horn standa út yfir brúnina.

d) Penslið með olíu og setjið svo annan ferning af sætabrauðinu á það fyrsta, en með hornunum vísa upp á milli þeirra upprunalegu til að skapa vatnaliljuáhrif. Penslið punktana vel með olíu og bakið síðan í 5 mínútur til að stífna en ekki brúnast. Taktu það úr ofninum.

e) Lækkið ofnhitann í 150 C, 300 F, gasmark 2. Bræðið smjörlíkið og hrærið hveitinu saman við. Blandið fisksoðinu saman við og þeytið vel til að fjarlægja kekki. Hrærið jógúrtinni, sjávarfangsstöngunum, valhnetunum og flöguðum laxi út í sósuna og skiptið jafnt á milli 8 sætabrauðsformanna.

f) Stráið brauðmylsnunni yfir og setjið aftur inn í ofninn til að hitna í 5-8 mínútur eða þar til osturinn og sætabrauðið er orðið gullinbrúnt. Berið fram strax.

35. Krabbamein og sterkan ostterta

Gerir: 6 skammta

HRÁEFNI:

- 1 heimabakað eða tilbúið grunnbökudeig, kælt
- 3 msk smjör
- ¼ bolli rauð paprika í bita
- ½ bolli hægelduðum lauk
- 3 msk flúoríð
- 1 pund krabbahalar
- 1 bolli rifinn heitur pipar Monterey Jack ostur
- 2 matskeiðar saxaður grænn laukur
- 1 salt; tveir lyklar
- 1 cayenne pipar; tveir lyklar

LEIÐBEININGAR:

a) Hitið ofninn í 350 gráður. Fletjið deigið út á hveitistráðu yfirborði í 10 tommu hring. Flyttu yfir á stóra létt smurða kökuplötu.

b) Bræðið smjör á pönnu. Þegar það byrjar að freyða, bætið við rauðum paprikum og lauk og eldið í 2 mínútur. Bætið hveiti út í og eldið, hrærið í, í 3 mínútur. Bætið kræki í og eldið í 2 mínútur í viðbót. Takið af hitanum og blandið osti og grænum lauk saman við.

c) Kryddið eftir smekk með salti og cayenne. Mound crawfish blanda í miðju sætabrauð hring, skilur eftir 2- til 3-tommu landamæri sætabrauðs. Brjótið umfram sætabrauð upp yfir fyllinguna, leggið það yfir, en hyljið fyllinguna ekki alveg. Heklið í kringum hringinn, haltu áfram að brjóta yfir fyrri brot, þar til hann myndar rustic, frjálst form tertu.

d) Renndu kökuplötunni inn í ofninn og bakaðu í 35 mínútur.

36. Hörpuskel og gráðostterta

Gerir: 1 skammt

HRÁEFNI:

- 6 stór Hörpuskel
- 8 Rauðlaukur
- 6 únsur Gráðostur
- 2 oz Mascarpone ostur
- 1 Eggjarauða
- 4 oz spínat lauf
- Edik
- Sykur
- rauðvín
- Steinselja

LEIÐBEININGAR:

a) Til að gera þennan rétt þarftu að elda laukinn fyrst.

b) Til að gera þetta skera þær þunnt og elda þær í smá ólífuolíu. Eldið þær rólega í um 30 mínútur með ediki.

c) Fletjið deigið út og berið þunnt deigið í smurt mót áður en fyllingin er gerð. Gerðu fyllinguna með því að blanda mascarpone og gráðosti saman við eggjarauðuna og kryddið.

d) Blindbakað deigið í heitum ofni. Fjarlægðu og fylltu með blöndunni og sneiðum hörpuskel. Bakið í ofni og takið úr forminu. Berið fram með lauksultunni til hliðar.

37. Rjómalöguð reyktur lax og dillterta

Gerir: 6 skammta

HRÁEFNI:

- 5 Phyllo lak - þiðnað
- 3 matskeiðar Ósaltað smjör - brætt
- 4 stórar Eggjarauður
- 1 msk Dijon sinnep - PLÚS 1 tsk
- 3 stórar Egg
- 1 bolli Helmingur og helmingur
- 1 bolli Þeyttur rjómi
- 6 aura Reyktur lax - saxaður
- 4 Grænn laukur - saxaður
- ¼ bolli Dill - ferskt, hakkað EÐA 1 T. þurrkað dill illgresi
- Dill greinar

LEIÐBEININGAR:

a) Smyrjið ríkulega 9½ tommu bökudisk með djúpum fati í þvermál.

b) Settu 1 phyllo lak á vinnuborðið.

c) Penslið phyllo lakið með smjöri og brjótið það í tvennt eftir endilöngu. Penslið brotið yfirborð með smjöri.

d) Skerið í tvennt þversum. Settu 1 phyllo ferhyrning, smurða hliðina niður, í tilbúna tertudiskinn, hyldu botninn og láttu sætabrauðið hanga yfir 1 hluta af brúninni um ½ tommu.

e) Penslið toppinn af phylloinu á tertudisk með smjöri. Settu seinni phyllo rétthyrninginn á bökuplötu, hyldu botninn og láttu sætabrauðið hanga yfir annan hluta brúnarinnar um ½ tommu; penslið með smjöri.

f) Endurtaktu ferlið með hinum 4 phyllo blöðunum sem eftir eru og vertu viss um að allt yfirborð brúnarinnar sé þakið til að mynda skorpuna.

g) Brjótið yfirhangið undir til að mynda skorpukant sem jafnast við brún bökuplötunnar.

h) Penslið skorpukantana með smjöri.

i) Forhitið ofninn í 350F. Þeytið eggjarauður og sinnep í skál til að blanda saman.

j) Þeytið egg, hálft og hálft, rjóma, lax, lauk og saxað dill út í.

k) Kryddið eftir smekk með salti og pipar. Hellið í tilbúna skorpu.

l) Bakið þar til miðjan er stillt, um 50 mínútur.

m) Flyttu yfir á grind. Flott. Skreytið með dillgreinum og berið fram aðeins heitt eða við stofuhita.

38. Norskar laxtertur

Gerir: 12 skammta

HRÁEFNI:

- 10 matskeiðar Smjör
- 2 bollar Hveiti
- Vatn; kalt
- 1 msk Smjör
- 1 stór Laukur; hakkað
- 1 bolli Sveppir; sneið
- ½ bolli Sýrður rjómi
- 1 pund Laxaflök
- 2 egg; létt barinn
- 2 teskeiðar dill; ferskt, saxað
- Salt
- Pipar
- 1 Eggjahvíta; örlítið barinn
- 1 bolli Sýrður rjómi
- 2 teskeiðar Graslaukur; hakkað
- 1 tsk dill; ferskt, saxað
- 1 dash af hvítlauksdufti

LEIÐBEININGAR:

a) Skerið smjör í hveitið með sætabrauðsblöndunartæki og bætið vatni út í, smá í einu, þar til stíft deig hefur myndast.
b) Rúllið og skerið út efstu og neðri skorpuna fyrir 12 tertur.
c) Bræðið smjör á pönnu, bætið lauknum út í og brúnið.
d) Bæta við sveppum og sýrðum rjóma; látið malla í fimm mínútur og kæla.
e) Á meðan skaltu steikja eða gufa fiskinn þar til hann flagnar auðveldlega. Tæmið fiskinn og flögurnar í skál.
f) Blandið heilum eggjum og dilli saman við fiskinn.
g) Kryddið með salti og pipar eftir smekk.
h) Blandið fisknum og sveppablöndunum saman og hellið þeim í botnskorpurnar. Toppið með seinni skorpunni og klípið brúnirnar saman til að loka.

i) Pensliđ eggjahvítu yfir efstu skorpurnar og brúnirnar.
j) Stungiđ skorpu fyrir gufuop. Bakiđ í 10 mínútur viđ 450 gráđur F., eđa þar til skorpan er gullinbrún.
k) Blandiđ saman sýrđum rjóma og kryddi. Bætiđ skeiđ viđ hverja tertu áđur en hún er borin fram.

39. Örlitlar reyktar laxtertur

Gerir: 6 skammta

HRÁEFNI:

- 1¾ bollar Hveiti
- ¼ teskeið Salt John Culbertson víngerðin.
- 8 matskeiðar Smjör
- ¼ bolli Kalt vatn

LEIÐBEININGAR:

a) Setjið hveiti, salt og smjör í skál matvinnsluvélar.

b) Vinnið þar til deigið líkist máltíð.

c) Bætið við vatni og vinnið þar til deigið myndar kúlu á blaðinu.

d) Fletjið deigið út ¼ tommu þykkt og skerið það í 2 tommu hringi. Klæðið litlu tertuformin með deighringjunum.

e) Fylling: 4 aura reyktur lax 5 aura Gruyere ostur, fínt rifinn 4 hvert egg, þeytt 1½ bolli mjólk ½ bolli þeyttur rjómi ¼ tsk salt ¼ tsk pipar

f) Þurrkaðu reykta laxasneiðarnar með pappírshandklæði til að fjarlægja umfram raka og skerðu sneiðarnar síðan í 1 tommu sneiðar.

g) Skiptið rifnum laxinum á terturskeljarnar og stráið ostinum yfir hverja.

h) Blandið eggjum, mjólk og rjóma saman við salti og pipar og hellið í hverja tertuskurn.

i) Bakið terturnar í 400 gráðu heitum ofni í um það bil 15 mínútur.

j) Haltu áfram að athuga við bakstur þar sem terturnar eru litlar og taka mun styttri tíma en stærri terta.

40. Hátíðlegar rækjutertur

Gerir: 48 skammta

HRÁEFNI:

- 2 kökur fyrir tvöfalda böku eða terturskeljar.
- 1 bolli Mjólk
- 1 pakki af rjómaosti, skorinn í teninga
- 4 egg, örlítið þeytt
- 1 dós Baby rækjur, tæmd eða fersk.
- 2 matskeiðar Þurrkaður graslaukur
- ¼ bolli Fínt skorin rauð paprika
- Salt og pipar eftir smekk
- Ferskt dillgresi til að skreyta

LEIÐBEININGAR:

a) Undirbúið 48 litlar terturskeljar úr sætabrauðinu. Hitið mjólk yfir lágum hita; bætið rjómaostteningum saman við og hrærið þar til það hefur bráðnað mjúklega.

b) Bætið ostablöndunni smám saman við egg; hrærið restinni af hráefnunum saman við nema dillgresið. Setjið 1 matskeið af fyllingu í hverja tertuskurn.

c) Bakið við 350 F í 20-25 mínútur eða bara þar til stíft. Skreytið með fráteknum rækjum og dillgresi. Gerir: 48 litlar eða 24 miðlungs tertur.

d) Skreytið áður en borið er fram.

41. Rækju- , lauk- og tómatterta

Gerir: 1 skammt

HRÁEFNI:

- 18 stór Rækjur
- 10 Pressuð hvítlauksrif
- 1 klípa Saffran
- 1 bolli Ólífuolía
- 6 Laukur
- 8 aura dós af skrældum tómötum
- 2 Ansjósur
- ¼ bolli Kalamata ólífur
- 4 Kvistur af timjan
- 1 Blað laufabrauð
- 2 Head's Frisée
- 6 bunkar Mache

LEIÐBEININGAR:

a) Dagi áður en þú undirbýr þennan rétt skaltu marinera rækjur í blöndu af 4 söxuðum hvítlauk, svörtum pipar, ½ bolli af ólífuolíu og 1 klípu af saffran. Geymið í kæli yfir nótt.

b) Til að útbúa marmelaði skaltu afhýða laukinn og skera í tvennt og skera þunnt.

c) Í potti við lágan hita með 2 matskeiðar af olíu, eldið laukinn þar til hann er gegnsær.

d) Tæmdu tómatana, fjarlægðu fræin, saxaðu gróft og bættu við laukinn.

e) Bætið söxuðum ansjósum, söxuðum ólífum og timjan saman við og eldið í 3 klukkustundir við mjög lágan hita, hrærið oft.

f) Á meðan, skera út 6 umferðir af smjördeig um 3½ tommu í þvermál.

g) Setjið á ofnplötu með annarri plötu og bakið í ofni í 6 mínútur við 350 gráður.

h) Undirbúið frisée með því að skera grænan af salatinu af, nota aðeins hvíta hlutann. Saxið frisée og þvoið vel.

i) Hitið ¼ bolli af ólífum þar til þær eru heitar á stórri sautépönnu við meðalháan hita og eldið rækjur þar til þær eru bleikar og hrokknar.
j) Setjið tómatmarmelaði ofan á hverja tertuhring og hitið í ofni í 5 mínútur. Kryddið frisée með smá ólífuolíu, salti og pipar.
k) Takið tertuna úr ofninum og setjið á disk, klæddið smá frisée ofan á tertuna og hyljið hana með rækjum.
l) Skreytið með Mache salatblöðunum.
m) Stráið ólífuolíu utan um tertuna og berið fram.

42. Rækjukokteiltertur

Gerir: 20 forrétti

HRÁEFNI:

- 1 15 aura pk. bökubotn í kæli
- Fínt skorið blaðsalat
- 1 12 aura pk. frosnar litlar soðnar rækjur, þiðnar, skolaðar, tæmdar
- Kokteilsósa

LEIÐBEININGAR:

a) Hitið ofninn í 450F. Látið báða bökuskorpupokana standa við stofuhita í 15 til 20 mínútur.
b) Afbrjóttu hverja skorpu; fjarlægðu efstu plastplötuna.
c) Ýttu út brjóta línur. Hvolfdu og fjarlægðu plastplötuna sem eftir er. Skerið um tíu 3 tommu hringi úr hverri skorpu.
d) Settu hringi yfir bak smámuffinsbolla.
e) Klíptu 4 eða 5 fellingar með jöfnum millibili um hliðar bollans.
f) Stungið ríkulega með gaffli. Bakið við 450F í 9 til 13 mínútur eða þar til ljósgulbrúnt. Kælið alveg; takið úr muffinsbollunum.
g) Setjið lítið magn af söxuðu salati í hverja tertuskurn. Skeið rækjubita yfir salatlagið.
h) Toppið með litlu magni af kokteilsósu.

HNETUTERTUR

43. Möndluterta

Gerir: 8 skammta

HRÁEFNI:

- Sætabrauð
- ½ bolli þungur rjómi
- ⅓ bolli sykur
- 1 tsk rifinn appelsínubörkur
- ¼ tsk möndluþykkni
- 1 bolli sneiðar möndlur
- Þeyttur rjómi til skrauts
- Hindber eru varðveitt

LEIÐBEININGAR:

a) Að minnsta kosti 2 hveiti áður en tertan er útbúin, búið til sætabrauð.

b) Þegar sætabrauðið hefur kólnað skaltu hita ofninn í 375'F. Á milli hveitistráðra blaða af vaxpappír, rúllaðu út sætabrauðinu í 11 tommu umferð. Passar í 9 tommu rifið tertuform með lausan botn.

c) Skerið deigið jafnvel með brúninni á pönnunni.

d) Gatið botninn og hliðarnar á deiginu.

e) Setjið tertuformið á bökunarplötuna. Klæddu deigsskelina með álpappír og fylltu hana með bökuþyngd. Bakið í 8 mínútur; takið pönnuna úr ofninum og lyftið álpappírnum og lóðunum upp. Settu deigið aftur í ofninn og bakaðu 4 mínútum lengur. Setjið til hliðar á vírgrind til að kólna.

f) Á meðan, í skál, með rafmagnshrærivél á meðalhraða, hrærið saman rjóma, sykri, börki og þykkni þar til sykurinn hefur leyst upp, blandið möndlum saman við.

g) Hellið möndlublöndunni jafnt inn í sætabrauðsskelina. Settu aftur í ofninn og bakaðu í 20 til 25 mínútur, eða þar til fyllingin er gullin. Kældu niður í stofuhita á vírgrind.

h) Þegar tertan er orðin köld, ef þess er óskað, er þeyttum rjóma skeiðar um ytri brúnina; hrærið saman og dreypið rjóma yfir. Skerið í 12 báta og berið fram.

i) Sætabrauð: Blandið saman 1 C ósigtuðu alhliða hveiti, ½ t salti og ½ t sykri í skál. Með sætabrauðsblöndunartæki eða 2 hnífum, skerið í 6 T ósaltað smjör og 2 T grænmetisstytt þar til blandan líkist grófum mola.

j) Bætið 2½ til 3 T ísvatni smám saman út í hveitiblönduna og blandið létt saman með gaffli þar til deigið er nógu rakt til að mynda kúlu. Með höndum, rúllaðu í kúlu og flettu út í 1 tommu þykkt. Pakkið inn og kælið í að minnsta kosti 2 klukkustundir fyrir notkun.

44. Mexíkósk súkkulaðiterta með krydduðum pekanhnetum

HRÁEFNI:

PEKANUR

- Non-stick jurtaolíu sprey
- 1 stór eggjahvíta
- 2 matskeiðar af sykri
- 1 matskeið gullinn púðursykur
- 1 tsk malaður kanill
- ¼ teskeið salt
- ⅛ teskeið cayenne pipar
- 1 ½ bolli pecan helminga

SKORPU

- 1 bolli súkkulaðiskökumola, fínmaluð í örgjörva
- ¼ bolli sykur
- ½ tsk malaður kanill
- ⅛ teskeið salt
- 5 matskeiðar ósaltað smjör, brætt

FYLLING

- 1 bolli þungur þeyttur rjómi
- 4 aura bitursætt eða hálfsætt súkkulaði, saxað
- 3,1 únsu diskur af mexíkósku súkkulaði
- ¼ bolli ósaltað smjör, skorið í 4 bita
- 2 tsk vanilluþykkni
- 1 tsk malaður kanill
- ¼ teskeið salt
- Léttsættur þeyttur rjómi

LEIÐBEININGAR:

FYRIR PEKANANNA:

a) Forhitið ofninn í 350°F. Spreyið bökunarplötu með kantinum með nonstick úða.

b) Þeytið öll hráefni nema pekanhnetur í skál. Hrærið pekanhnetum saman við.

c) Dreifið í einu lagi á blað með ávölu hliðinni upp.

d) Bakið þar til það er aðeins brúnt og þurrt, um 30 mínútur. Kælt á blað.

e) Aðskiljið hneturnar, fjarlægið umframhúðina.

FYRIR SKORPAN:

f) Forhitið ofninn í 350°F. Blandið fyrstu 4 hráefnunum saman í örgjörvanum.

g) Bætið bræddu smjöri við; vinnið þar til mylsnurnar eru vættar.

h) Þrýstu mola í 9 tommu þvermál tertuform með færanlegum botni, í innan við ⅛ tommu frá toppnum.

i) Bakið þar til stíft, um 20 mínútur. Kælið á grind.

FYRIR FYLLINGU:

j) Látið suðuna koma upp í meðalstórum potti. Takið af hitanum.

k) Bæta við súkkulaði; þeytið þar til bráðið. Bæta við smjöri, 1 stykki á klukkutíma; þeytið þar til slétt.

l) Þeytið vanillu, kanil og salti út í. Hellið fyllingu í skorpuna. Kældu þar til fyllingin byrjar að stífna, um 15 til 20 mínútur.

m) Raðið hnetum í sammiðja hringi ofan á tertunni. Kælið þar til það er stíft, um 4 klukkustundir.

45. Frangipane terta með árstíðabundnum ávöxtum

HRÁEFNI:

- 1 skammtur pâte brisée
- 6 matskeiðar ósaltað smjör, mildað
- ½ bolli sykur
- 1 stórt egg
- ¾ bolli hvítaðar möndlur, fínmalaðar
- 1 tsk möndluþykkni
- 1 matskeið Amaretto
- 1 matskeið alhliða hveiti
- 2 bollar jarðarber, grófhreinsuð
- 2 bollar hindber, tínd yfir og skoluð
- ¼ bolli jarðarberja- eða hindberjasulta, brædd og síuð

PÂTE BRISÉE

- 1¼ bollar alhliða hveiti
- 6 matskeiðar kalt ósaltað smjör, skorið í bita 2 matskeiðar kalt grænmetisstytt
- ¼ teskeið salt

LEIÐBEININGAR:

PÂTE BRISÉE

a) Blandið saman hveiti, smjöri, grænmetisstyttum og salti í skál þar til blandan líkist máltíð.

b) Bætið 2 matskeiðum af ísvatni út í, blandið blöndunni þar til vatnið er komið inn í, bætið við meira ísvatni ef þarf til að mynda deig og mótið deigið í kúlu.

c) Dustið deigið með hveiti og kælið það, vafinn í vaxpappír, í 1 klukkustund.

TART

d) Fletjið deigið út ⅛- tommu þykkt á létt hveitistráðu yfirborði, settu það í 11 x 8 tommu ferhyrnt eða 10 eða 11 tommu kringlótt tertuform með færanlegum rifnum brúnum og kældu skelina á meðan þú gerir frangipane .

e) Rjóma saman smjörið og sykurinn í skál og þeytið egginu, möndlunum, möndluþykkni, Amaretto og hveiti út í.

f) Dreifið frangipane jafnt á botninn á skelinni og bakið tertan í miðri forhitaðri 375°F. ofan í 20 til 25 mínútur, eða þar til skelin er fölgyllt.

g) Látið tertuna kólna. Skerið jarðarberin eftir endilöngu í ⅛ tommu þykkar sneiðar, raðið sneiðunum, skarast, skrautlega með hindberjunum í raðir á frangipane og penslið þær varlega með sultunni.

46. Bakewell terta

HRÁEFNI:

- 1 frábær, ókreppanleg sæt tertuskurn, bökuð að hluta í 9 tommu tertuformi sem hægt er að fjarlægja með botni
- 1 bolli grófsaxaðar möndlur, hvítaðar ef þú finnur þær
- 1 ½ msk alhliða hveiti
- ⅔ bolli sykur
- 9 matskeiðar ósaltað smjör, við stofuhita
- 1 stórt egg
- 1 stór eggjahvíta
- ½ tsk möndluþykkni
- 1 ½ tsk appelsínubörkur
- ⅓ bolli hindberjasulta
- Niðurskornar eða sneiddar möndlur, til skrauts

LEIÐBEININGAR:

a) Myljið möndlur og hveiti fínt í örgjörva. Blandið sykri saman við, síðan smjöri, seyði og appelsínubörk. Blandið þar til slétt. Blandið eggja og eggjahvítu saman við. Færið fyllinguna yfir í skál. Lokið og kælið í að minnsta kosti 3 klukkustundir.

b) Settu grindina í miðju ofnsins og forhitaðu í 350°F. Dreifið sultu yfir botninn á tertuskurninni. Dragðu möndlufyllinguna út um allt og dreifðu henni síðan varlega með sléttum spaða. Ef þú notar sneiðar eða sneiddar möndlur sem skraut, stráðu þeim yfir núna. Bakið tertan þar til hún er gullin og prófunartæki sem stungið er í miðjuna á fyllingunni kemur hreint út, um 45 mínútur. Kælið tertan á pönnu á grind.

c) Til að bera fram, ýttu botninum á pönnunni upp og slepptu tertunni af pönnunni. Skerið tertan í báta og stráið flórsykri yfir ef vill.

d) Gera á undan: Hægt er að búa til möndlufyllingu 2 dögum á undan. Geymið kælt. Einnig er hægt að gera heila tertu með hálfs dags fyrirvara. Auðvelt að standa við stofuhita

47. Eplahnetur grindarterta

Gerir: 1 skammt

HRÁEFNI:

- 15 aura pakki af kældum tertuskorpum
- 3 bollar Þunnt skorin skræld epli
- ½ bolli Sykur
- 3 matskeiðar Gull rúsínur
- 3 matskeiðar Saxaðar valhnetur eða pekanhnetur
- ½ tsk Kanill
- ¼ teskeið Rifinn sítrónubörkur
- 2 teskeiðar Sítrónusafi
- 1 Eggjarauða; takturinn
- 1 tsk Vatn
- ¼ bolli Flórsykur
- 1 tsk Sítrónusafi

LEIÐBEININGAR:

a) Undirbúið bökuskorpu í samræmi við pakkaleiðbeiningar fyrir tveggja skorpu böku með því að nota 10 tommu tertuform með færanlegum botni eða 9 tommu bökuform.

b) Settu 1 tilbúna skorpu á pönnu; þrýstið í botn og upp hliðar pönnuna. Skerið brúnirnar ef þarf.

c) Hitið ofninn í 400 F. Settu kökuplötu í ofninn til að forhita. Blandið saman eplum, sykri, rúsínum, valhnetum, kanil, sítrónuberki og 2 tsk af sítrónusafa í skál; kastað létt til að húða. Skeið í skorpufóðraða pönnuna.

d) Til að búa til grindartopp skaltu skera seinni skorpuna í ½ tommu breiðar ræmur. Raðið ræmum í grindarhönnun yfir fyllingu. Klippið og innsiglið brúnir. Blandið saman eggjarauðu og vatni í skál; penslið varlega yfir grindurnar.

e) Setjið tertu á forhitaða kökuplötu. Bakið við 400 F. í 40 til 60 mínútur eða þar til eplin eru mjúk og skorpan er gullinbrún. Hyljið brúnina á skorpunni með álpappír eftir 15 til 20 mínútna bakstur til að koma í veg fyrir of brúna. Kælið 1 klst.

f) hráefninu í gljáa saman í skál og bætið við nægum sítrónusafa fyrir æskilega þykkni. Dreypið aðeins volgri tertu yfir. Kaldur; fjarlægðu hliðarnar á pönnunni.

48. Apríkósu macadamia hnetuterta

Gerir: 12 skammta

HRÁEFNI:

- 1½ bollar Hveiti
- ⅔ bolli Smjör; mýkt
- ¼ bolli Púðursykur; pakkað
- 2 matskeiðar Kakó
- 1 Egg
- 8 aura Þurrkaðar apríkósur
- 3½ aura Macadamia hnetur; gróft saxað
- ⅓ bolli Sykur
- ¼ bolli Smjör; bráðnað
- ½ bolli Létt maíssíróp
- ¼ teskeið Salt
- 2 Egg

SÚKKULAÐI DÝFÐAR APRÍKÓSUR

- ¼ bolli Hálfsætir súkkulaðibitar
- 1 tsk Stytting
- 12 Þurrkaðar apríkósur

LEIÐBEININGAR:

a) Hitið yfir tvö 400¼. Blandið öllu hráefninu saman þar til deigið myndast.

b) Þrýstu þétt og jafnt á botninn og hliðina á ósmurðri 11 tommu tertuformi með lausan botn. Bakið í 10-12 mínútur eða þar til stíft.

c) Eftir að deigið er bakað skaltu hita ofninn í 375 ¼. Geymdu 12 apríkósur fyrir súkkulaðidýfðar apríkósur; saxið afganginn af apríkósunum gróft.

d) Stráið hnetum og söxuðum apríkósum jafnt yfir bakað deigið.

e) Þeytið sykur, smjör, maíssíróp, salt og egg þar til það er slétt. Hellið hnetum og apríkósum yfir.

f) Bakið í 25 til 30 mínútur eða þar til stíft.

g) Klæðið plötuna með vaxpappír. Setjið franskar og styttingu í litla örbylgjuofnaskál. Örbylgjuofn afhjúpuð á miðli í 2 til 3 mínútur eða þar til hægt er að hræra blönduna mjúklega.

h) Dýfðu helmingi hverrar apríkósu í súkkulaðiblönduna; setja á disk.

i) Látið standa þar til súkkulaðið er þurrt. Setjið á tertuna.

49. Brómberja rjómahnetuterta

Gerir: 1 skammt

HRÁEFNI:

- ⅓ bolli Hveiti
- ½ tsk Salt
- 1 8 aura pakki af rjómaosti, mildaður
- ¼ bolli Sætt þétt mjólk
- 2 matskeiðar Sigtaður flórsykur
- 1 16 aura pakki af frosnum brómberjum, þídd og tæmd
- ½ bolli Kornsykur
- 3 matskeiðar Maíssterkja
- ½ bolli Fínmalaðar valhnetur
- 1½ bollar Sigtaður flórsykur
- 2 matskeiðar Styttun með smjörbragði
- ½ tsk Vanilla
- ½ bolli Styttun með smjörbragði
- 3 matskeiðar Ísvatn
- 1 msk Ferskur sítrónusafi
- ¼ bolli Hvítar súkkulaðibitar
- ¼ bolli Valhnetur
- 2 matskeiðar Boysenberjasíróp
- 1 tsk Smjör eða smjörlíki
- ½ tsk Ferskur sítrónusafi
- ⅛ teskeið Salt
- ½ tsk Smjörbragðefni
- 4 matskeiðar þeyttur rjómi

LEIÐBEININGAR:

a) Til að gera skorpuna: Hitið ofninn í 425 gráður. Blandið saman hveiti og salti í skál. Skerið í matinn með sætabrauðsblöndunartæki eða 2 hnífum þar til allt hveiti er blandað saman í tvo formi ertastóra bita.

b) Stráið vatni yfir, 1 matskeið á klukkutíma. Hrærið létt með gaffli þar til deigið mun mynda kúlu. Ýttu á milli handa til að mynda 5 til 6 tommu "pönnuköku".

c) Hveitið velfletinn og kökukeflinn létt. Rúllaðu deiginu í hring. Klipptu 1 tommu stærra en 9 tommu tertupönnu á hvolfi með færanlegum stærðum. Losaðu deigið varlega. Brjótið í fernt. Hveiti tertu pönnu létt.

d) Brettu deiginu út og þrýstu því í tertuformið. Klipptu brúnina jafnvel með toppi brúnarinnar. Stungið botninn og hliðarnar vandlega með gaffli 50 sinnum til að koma í veg fyrir rýrnun.

e) Hyljið brúnina með tvöföldu lagi af filmu til að koma í veg fyrir ofbrúnun.

f) Bakið í 10 til 15 mínútur eða þar til þær eru ljósbrúnar. Kældu niður í stofuhita.

g) Til að búa til rjómaostafyllingu: Blandið saman rjómaosti, þéttri mjólk, flórsykri og sítrónusafa í skál. Þeytið á lágum hraða rafmagnshrærivélar þar til rjómakennt. Setjið hvítar súkkulaðibitar og hnetur í matvinnsluskál. Vinnið þar til það er fínt saxað. Blandið saman við ostablönduna. Dreifið í botninn á kældu bökuðu tertuskurninni.

h) Til að búa til ávaxtafyllingu: Blandið brómberjum, sykri, maíssterkju og boysenberjasírópi saman í meðalstóran pott. Eldið og hrærið á meðalhita þar til blandan er þykk og tær. Takið af hitanum. Hrærið smjöri, sítrónusafa og salti saman við. Flytið yfir í skál. Kældu niður í stofuhita. Skeið yfir ostafyllingu.

i) Til að gera álegg: Stráið hnetum yfir ávaxtafyllinguna á grindarhátt.

j) Tveir skreytingar: Blandið saman flórsykri, styttingu, vanillu, smjörbragði og 3 matskeiðar af rjóma í skál. Þeytið þar til það er slétt, bætið við meiri rjóma, ef þörf krefur, fyrir æskilega samkvæmni. Setjið með skeið í skreytingarpokann sem er með æskilegan odd. Myndaðu skrautramma utan um brún tertunnar.

k) Kælið í 1 til 2 klst. Fjarlægðu rím. Skerið í skammta. Geymið afganga í kæli.

50. Gulrótar-hnetuterta

Gerir: 8 skammta

HRÁEFNI:

- 1 Bökuskel; bakað að hluta
- 3 Egg
- ⅓ bolli Sykur
- 1 tsk Sítrónusafi og sítrónubörkur
- 2 bollar Fínt rifin gulrót
- 4 matskeiðar Smjör brætt
- ½ tsk Lyftiduft
- ⅔ bolli Hveiti
- ½ bolli Möndlur
- ¼ bolli Apríkósugljái

LEIÐBEININGAR:

a) Blandið saman eggjum, sykri, sítrónusafa og börki; bæta við gulrótum og smjöri og hræra vel.

b) Blandið saman hnetum, hveiti og lyftidufti í aðskildum skálum. Blandið tveimur blöndum saman; hella í að hluta bakaða tertu eða tertuskurn. Bakið við 400 gráður í um það bil 20 mínútur.

c) Fyrir gljáann, bræðið niður apríkósukonfekt, bætið við 2 msk af brennivíni og hjúpið toppinn á tertunni þegar tertan kemur úr ofninum.

51. Karamellu hnetusterta

Gerir: 1 skammt

HRÁEFNI:

- 1 bolli Sykur
- ⅔ bolli Þungt krem
- ¼ bolli ósaltað smjör; skorið í litla bita
- 3 matskeiðar Hunang
- ½ tsk Salt
- 2½ bollar Valhnetu helmingar
- 1 skammtur af Pâte Sucrée deigi
- 2 aura Bitursætt súkkulaði; hakkað
- 2½ bollar Hveiti
- 3 matskeiðar Sykur
- 2 Stingur kalt ósaltað smjör; skera upp
- 2 stórar Eggjarauður
- 4 matskeiðar Ísvatn

LEIÐBEININGAR:

a) Hitið ¼ bolla af vatni og sykri í þungan pott, hrærið þar til sykurinn er uppleystur. Sjóðið síróp í lokinni pönnu, án þess að hræra; þú getur annaðhvort snúið pönnunni í hringi eða skolað niður hliðarnar á pottinum með sætabrauðsbursta sem er dýft í vatni til að fjarlægja alla sykurkristalla sem hafa loðað við þar til hann byrjar að verða gullinn.

b) Bætið rjóma varlega út í og hitið pönnuna aftur. Bætið smjöri, hunangi og salti saman við og hrærið þar til smjörið hefur bráðnað og blandan er slétt. Hrærið valhnetum saman við og látið malla, án loks, við meðalhita, hrærið af og til í um það bil 5 mínútur. Takið af hitanum og látið kólna.

c) Á meðan, rúllaðu helmingnum af pate Sucrée á milli 2 blöð af plastfilmu í 11 tommu hring. Settu sætabrauð í 9 tommu rifið tertuform með lausan botn. Til að klippa deigið jafnt skaltu rúlla kökukefli yfir tertuformið. Kældu í 20 til 30 mínútur.

d) Hitið ofninn í 400. Fyllið tertuskurnina með kældri valhnetublöndu og dreifið jafnt með gúmmíspaða. Flettu út afganginum af deiginu á milli 2 blöð af plastfilmu í 11 tommu hring. Flyttu yfir í tertuskurnina. Þrýstu efstu skorpubrúninni að neðri skorpunni til að loka. Veltið kökukefli yfir tertuformið til að klippa kantinn. Frystið í 20 mínútur.

e) Bakið á bökunarpappírsklædda ofnplötu þar til skorpan er gullin, um 25 til 30 mínútur. Kælið á vírgrind.

f) Bræðið súkkulaði í tvöföldum katli yfir varla sjóðandi vatni, hrærið þar til það er slétt. Kælið súkkulaðið og setjið í sætabrauðspoka með mjög litlum látlausum odd .

g) Píptu súkkulaði í hringlaga mynstri yfir allt yfirborð tertunnar. Létt súkkulaði stillt við stofuhita, í um það bil 1 til 2 klukkustundir.

PATE SUCRÉE

h) Setjið hveiti og sykur í matvinnsluvélina; púls til að sameina.

i) Bæta við smjöri; púlsaðu þar til blandan líkist grófu mjöli, 10 til 20 sekúndur.

j) Þeytið létt eggjarauður; bæta við ísvatni. Bætið við matvinnsluvélina á meðan vélin er í gangi; vinna þar til deigið heldur saman.

k) Skiptu deiginu í tvær lotur; snúið út í tvo aðskilda stykki af plastfilmu.

l) Fletjið hvern í hring og pakkið inn í plastfilmu; kælið í að minnsta kosti 1 klst.

52. Hnetuávaxtatertur

Gerir: 6 skammta

HRÁEFNI:

- 1½ bollar Þeyttur rjómi
- 1½ bollar Uppblásnar rúsínur
- 1 bolli Saxaðar hnetur
- ½ bolli Sykur
- 2 Bananar, sneiddir
- 6 Maraschino kirsuber, söxuð
- Örfá saltkorn

LEIÐBEININGAR:

a) Þeytið rjóma þar til hann er stífur. Blandið sykri og salti saman við. Skiptið í 2 skammta.

b) Blandið bananum og rúsínum saman við ½ rjómann. Hraðaðu létt í bakaðar einstakar sætabrauðsskeljar. Hyljið afganginn af rjóma. Skreytið með kirsuberjum og hnetum. 20 skammtar.

53. Appelsínu hnetuterta

Gerir: 4 skammta

HRÁEFNI:

- 3 Egg, aðskilin
- ¾ bolli Kornsykur
- Rifinn börkur af 1 appelsínu
- 1 tsk Vanilludropar
- 2 bollar Fínmalaðar Brasilíuhnetur
- 1½ matskeiðar Hveiti
- ¼ teskeið Salt
- Skreytið:
- 2 Greipaldin
- 2 Appelsínur
- 4 stórar Eggjahvítur
- 1¼ bollar Kornsykur

LEIÐBEININGAR:

a) Hitið ofninn í 350 gráður. Klæðið 10 tommu hringlaga kökuform með smjörpappír, smjöri og hveiti.

b) Þeytið saman eggjarauður og sykur í skál þar til það er fölgult. Bætið appelsínuberki og vanillu saman við, þeytið þar til létt og loftkennt og setjið til hliðar.

c) Blandið 1 bolla af brasilískum hnetum saman við hveitið í skál og setjið til hliðar. Geymið hneturnar sem eftir eru fyrir skreytið.

d) Þeytið eggjahvíturnar í annarri skál þar til þær freyða. Stráið salti yfir og haltu áfram að þeyta þar til mjúkir toppar myndast. Blandaðu til skiptis hnetu- og hveitiblöndunni og þeyttu eggjarauðublöndunni saman við þar til hún er sameinuð. Hellið í tilbúna pönnu.

e) Bakið í 25 til 30 mínútur, eða þar til þær eru ljósbrúnar. Setjið á grind til að kólna, í um það bil 10 mínútur. Keyrðu hníf meðfram brúninni til að losna og hvolfið á fat. Fjarlægðu smjörpappírinn og láttu kólna alveg.

f) Hitið ofninn í 300 gráður á meðan. Setjið kökuna á bökunarplötu klædda bökunarpappír.

g) Vinnið yfir skál til að ná safanum, afhýðið greipaldin og appelsínur og skerið á milli himnanna til að fjarlægja hlutana. Fjarlægðu fræin. Raðið köflunum yfir kökuna. Hellið safanum í gegnum sigti og hellið yfir kökuna.

h) Þeytið eggjahvíturnar í skál þar til þær freyða. Bætið sykrinum smám saman út í, þeytið þar til stífir toppar myndast, um það bil 10 mínútur. Blandið varlega saman 1 bolla af möluðum brasilískum hnetum.

i) Dreifið marengsnum jafnt yfir kökuna og bakið í ½ klst. Kælið á grind og berið fram.

54. Furuhnetuterta

Gerir: 4 skammta

HRÁEFNI:

- 1 Laufabrauðsplata
- 2 bollar furuhnetur
- 2 matskeiðar Hunang
- 1 bolli Sykur
- 3 Egg
- 3 matskeiðar Extra virgin ólífuolía
- Börkur af 1 sítrónu
- 2 matskeiðar valhnetulíkjör

LEIÐBEININGAR:

a) Hitið ofninn í 425 gráður. Setjið sætabrauðið þétt inn í skelina og krumpið brúnirnar með auka sætabrauði til að viðhalda brúnunum. Hyljið deigið með smjörpappír, fyllið það með þurrkuðum hvítum baunum og setjið í ofninn.

b) Eldið í 8 til 10 mínútur, fjarlægðu pergament og baunir og eldið þar til það er þurrt og ljós gullbrúnt, um það bil 8 til 10 mínútur í viðbót. Takið út og látið kólna.

c) Í skál skaltu hræra saman furuhnetum, hunangi, sykri, eggjum, ólífuolíu, sítrónubörk og áfengi þar til það er slétt. Hellið í kælt bakkelsi og bakið í 20 mínútur, eða þar til það er nokkuð stíft og léttbrúnað ofan á.

d) Látið kólna niður í stofuhita og berið fram.

ÁVINTATERTUR

55. Möndlu-apríkósu tertur

Gerir: 18 skammta

HRÁEFNI:

- ½ bolli smjör
- 3 aura af rjómaosti
- ⅓ bolli smjör
- ½ bolli Sykur
- 1 hvert egg
- ½ tsk Vanillupakki mildaður
- 1 bolli alhliða hveiti
- ⅔ bolli Grófmalaðar ristaðar hvítaðar möndlur
- ⅓ bolli apríkósukonur
- sneið möndlur

LEIÐBEININGAR:

a) DEIG: Þeytið ½ bolla af smjöri og rjómaostinum með rafmagnshrærivél í 30 sekúndur. Hrærið hveitinu saman við. Lokið og kælið í 1 klukkustund.

b) FYLLING: Þeytið ⅓ bolla af smjöri með rafmagnshrærivél í 30 sekúndur. Þeytið sykurinn út í, síðan eggið og vanilluna.

c) Hrærið möluðu möndlunum saman við. Þrýstu 1 matskeið af deiginu jafnt í botninn og upp á hliðarnar á hverri átján 2- til 2 ½ tommu tertuformum.

d) Setjið 1 teskeið af möndlufyllingunni á hverja tertu.

e) Bakið á ofnplötu í 20 til 25 mínútur í 350F ofni. Kældu terturnar á pönnunni í um 10 mínútur. Á meðan, hitið og hrærið apríkósukonurnar við lágan hita þar til þær eru bráðnar.

f) Fjarlægðu terturnar af formunum og settu þær á vírgrind. Á meðan terturnar eru enn heitar, penslið fyllinguna með bræddu soðinu.

g) Skreytið með sneiðum möndlum, ef vill. Flott. Gerir: 18 tertur.

56. Alsace plómuterta

Gerir: 6 til 8

HRÁEFNI:

- Smjör
- 7 stórar rauðar plómur, skornar í 8 báta hver um sig
- 4 matskeiðar Sykur
- 1 Pate Sucrée deig
- ½ tsk malaður kanill
- 1 eggjahvíta, þeytt til að blandast saman
- Vanillu ís

LEIÐBEININGAR:

a) Forhitið ofninn í 400F. Line bökunarplötu með filmu; smjörpappír.

b) Settu plómur á tilbúnu blaðinu, skiptu jafnt á milli. Stráið 2 msk af sykri yfir. Bakið þar til plómurnar eru mjúkar en halda samt formi, um 30 mínútur. Kaldar plómur á blað.

c) Fletjið deigið út á hveitistráðu yfirborði í 12 tommu þvermál hring.

d) Flyttu sætabrauðið í miðju annars þungrar stórrar bökunarplötu. Skarast plómur í sammiðja hringi á sætabrauðinu og mynda 9 tommu þvermál hring í miðjunni.

e) Blandið saman hinum 2 matskeiðum af sykri og kanil í skál. Stráið sykriblöndu yfir plómurnar. Brjótið brún deigið yfir plómurnar, klípið til til að loka sprungum í deiginu. Penslið skorpuna tvisvar með eggjahvítu.

f) Bakið tertan þar til skorpan er orðin gullin, um 25 mínútur. Renndu þunnum beittum hníf varlega undir tertukantana til að losa blaðið. Kælið í 15 til 30 mínútur. Berið tertu fram og aðeins volga með ís.

57. Eplaterta

Gerir: 4 skammta

HRÁEFNI:

SÆT KÆRSTADEIG:

- 1 bolli hveiti
- 3 matskeiðar Sykur
- ¼ tsk lyftiduft
- klípa Salt
- 4 matskeiðar Ósaltað smjör
- 1 stórt egg

EPLAFYLLING:

- 3 Gullgóð epli
- 2 matskeiðar Sykur
- ¼ tsk kanill

KIRSCH CUSTARD:

- ⅔ bolli þungur rjómi
- 3 matskeiðar Sykur
- 1 matskeið Kirsch
- 3 eggjarauður

LEIÐBEININGAR:

a) Fyrir deigið, sameina þurr hráefni í matvinnsluvél og púlsaðu til að blanda saman. Bæta við smjöri og pulsu. Bætið eggi út í og haltu áfram að malla þar til deigið myndar kúlu. Rúllaðu deiginu í 14 tommu disk og klæððu 10 tommu tertuform. Kældu deigið í nokkrar klukkustundir, eða yfir nótt.

b) Afhýðið, kjarnhreinsið, helmingið og sneiðið eplin í ⅛ tommu þykkt; raða á sætabrauð, skarast. Stráið kanilsykri yfir. Blandið öllu hráefninu saman fyrir kremið; þeytið í höndunum þar til það er slétt og vel blandað; þenja og geyma.

c) Bakið við 350 gráður í um 35 mínútur eða þar til epli og skorpan eru bakuð í gegn. Fjarlægðu tertuna að ofan; hella kreminu yfir, passa að láta það ekki flæða yfir. Setjið tertuna aftur í ofninn í 5 til 10 mínútur eða þar til vaniljan er stíf, en ekki lituð eða blásin.

58. Epli og rúsínu tarte tatin

Gerir: 6 skammta

HRÁEFNI:

- 2 matskeiðar Smjör
- 3 matskeiðar romm
- 1 bolli Blandaðar rúsínum og rifsberjum
- 2 pund Með eplum
- 17 aura pakki af frosnu laufabrauði
- ¼ bolli Plús 2 matskeiðar hvítur sykur
- Að ofan: 400F

LEIÐBEININGAR:

a) Afhýðið, kjarnhreinsið og skerið epli í áttundu. Fylltu skál, nógu stóra til að setja 9" steikjarpönnu í, með ísmolum og fylltu síðan upp með vatni. Bræðið smjör í 9" steikarjárni á miðlungshita. Bætið við sykri.

b) Hrærið þar til það er brúnt og BARA karamelliserað. Setjið steikina í ísvatni til að harðna og síðan á kæligrindi. Sjá fyrir ofan. Setjið rúsínur og rifsber í skál. Bætið rommi út í og hyljið með heitu vatni. Tæmið eftir 5 mínútur eða svo.

c) Stráið þriðjungi af rúsínum og rifsberjum yfir karamelluna. Setjið eplasneiðar með ávölum hlið niður og pakkað eins þétt saman og hægt er, í hringlaga mynstri. Stráið restinni af rúsínum og rifsberjum yfir.

d) Skerið sætabrauð 2 tommur stærra en pönnu. Setjið deigið ofan á og stingið niður hliðarnar og undir brún ytri röð epla. Bakið í 30 mínútur og snúið svo út á skrautplötu á meðan það er enn heitt.

e) Berið fram á meðan enn er heitt með nýþeyttum rjóma.

59. Epli kanilterta

Gerir: 10 skammta

HRÁEFNI:

- 1½ bollar hafrar
- 1 matskeið kanill
- ½ tsk kanill
- ¾ bolli eplasafi
- 2 stór epli, afhýdd/sneiðar
- 1 tsk sítrónusafi
- ⅓ bolli kalt vatn
- 1 pakki af óbragðbætt gelatíni
- 2 bollar fitulaus jógúrt
- ¼ bolli hunang
- ½ tsk möndluþykkni

LEIÐBEININGAR:

a) Hitið ofninn í 350. Útbúið tertuplötu með eldunarúða. Blandið saman höfrum og 1 matskeið af kanil í skál.

b) Hellið með ¼ bolla eplasafa. Þrýstið á botn bökuplötunnar. Bakið í 5 mínútur eða þar til stíft. Flott. Í skál, kastaðu eplasneiðum með sítrónusafa; raðið á kælda skorpu á pönnu og setjið til hliðar.

c) Blandið saman vatni og ½ bolli af eplasafa á pönnu. Stráið gelatíni yfir vatnsblönduna; auðvelt að standa í 3 mínútur til að mýkjast.

d) Eldið og hrærið við meðalhita þar til gelatínið er alveg uppleyst; fjarlægðu af hitanum. Bætið við jógúrt, hunangi, ½ teskeið af kanil og möndluþykkni; blanda vel saman.

e) Hellið yfir eplin í skorpuna. Kældu í nokkrar klukkustundir eða yfir nótt.

60. Epla trönuberjaterta á hvolfi

Gerir: 1

HRÁEFNI:

- ⅔ bolli sykur
- 3 matskeiðar Vatn
- 6 Tert epli, afhýdd, kjarnhreinsuð og skorin í þunnar sneiðar
- 1 bolli trönuber
- 3 matskeiðar Sykur
- 1 matskeið Smjör
- 1 óbökuð bökuskel

LEIÐBEININGAR:

a) Látið malla ⅔ bolla af sykri og 3 matskeiðar af vatni í litlum lokuðum potti í 5 mínútur. Afhjúpa og sjóða þar til gullið þykk karamella.

b) Takið strax af hitanum svo karamellan brenni ekki. Hellið í 10 tommu gler- eða málmtertuplötu. Snúið til að húða botninn.

c) Skarast þriðjungi af eplasneiðunum á karamelluna.

d) Toppið með þriðjungi af trönuberjunum og stráið 1 matskeið af sykri yfir. Endurtaktu tvisvar með afganginum af ávöxtum og sykri, punktur með smjöri.

e) Leggið sætabrauð lauslega yfir ávexti. Bakið við 400 í 30 mínútur. Takið á grind og kælið í 5 mínútur. Hallaðu tertudiskinum yfir skálina og helltu af uppsöfnuðum safa. Hvolfið framreiðsluplötunni yfir bökuna. Snúið báðum saman.

f) Lyftið bökuplötunni af. Berið tertuna fram volga með vanilluís.

61. Epla hindberjaterta

Gerir: 8 skammta

HRÁEFNI:

- 1 bolli alhliða hveiti
- ½ tsk Salt
- ⅓ bolli stytting
- 2 matskeiðar kalt vatn; upp í 3
- 1 egg; aðskilin
- 23 aura af Chunky eplasósu
- 1 bolli fersk hindber EÐA 10 aura pk. frosinn; þíða, tæmd
- 2 matskeiðar Sykur
- ½ tsk kanill
- ¾ bolli alhliða hveiti
- ½ bolli þétt pakkaður púðursykur
- ½ tsk kanill
- ⅓ bolli smjörlíki eða smjör; mýkt

LEIÐBEININGAR:

a) Hitið ofninn í 400F.

b) Blandið saman hveiti og salti í skál. Notaðu sætabrauðshrærivél eða 2 hnífa, skerið styttingu í hveitiblönduna þar til agnir eru á stærð við litlar baunir.

c) Bætið vatni smám saman út í og hrærið með gaffli þar til blandan er vætt.

d) Safnaðu sætabrauðinu í kúlu. Flatur bolti. Flettu út á létt hveitistráðu yfirborði frá miðju að brúninni í hring sem er 1½ tommur stærri en hvolfið 9 tommu tertuformið.

e) Brjóttu deigið í tvennt; setjið á pönnu. Unfold; þrýstið í botninn og upp á pönnuna. Skerið brúnirnar ef þarf.

f) Bakið við 400F í 5 mínútur. Fjarlægðu að ofan; lækkaðu ofnhitann í 375F. Í skál, þeytið eggjahvítu. Penslið yfir allt yfirborð hlutabökuðu skorpunnar. Geymið eggjarauða til fyllingar.

g) Blandið saman eplasósu, hindberjum, sykri, ½ tsk kanil og eggjarauðu í skál. Hellið í sætabrauðsklædda form.

h) Í skál, sameina allt áleggsefni ; stráið yfir ávaxtablönduna. Bakið við 375 F í 40 til 50 mínútur eða þar til áleggið er gullbrúnt.
i) Kaldur; fjarlægðu hliðarnar á pönnunni. Berið fram með þeyttum rjóma.

62. Bláberja súrmjólksterta

Gerir: 1 skammt

HRÁEFNI:

SKEL

- 1½ bolli alhliða hveiti
- ¼ bolli sykur
- ¼ tsk Salt
- ¼ pund kalt smjör; skera bita
- 1 stórt egg; slá með
- 2 matskeiðar ísvatn
- Hrá hrísgrjón; fyrir vigtarskel

SMÍLJARFYLLING

- 1 bolli súrmjólk
- 3 stórar eggjarauður
- ½ bolli Sykur
- 1 matskeið sítrónubörkur; rist
- 1 msk ferskur sítrónusafi
- ½ stafur ósaltað smjör; bráðna, kæla
- 1 tsk Vanilla
- ½ tsk Salt
- 2 matskeiðar Alhliða hveiti
- 2 bollar bláber; taka yfir
- Sælgætissykur

LEIÐBEININGAR:

SKEL

a) Hrærið saman hveiti, sykri og salti í skál. Bætið smjöri út í og blandið þar til blandan líkist grófri máltíð. Bætið eggjarauðublöndunni út í, hrærið þar til vökvinn er innifalinn og mótið deigið í disk. Dustið deigið með hveiti og kælið, pakkað inn í plastfilmu, í 1 klst. Fletjið deigið út ⅛" þykkt á hveitistráðu yfirborði og setjið í 10" tertuform með rifinni brún sem hægt er að taka af.

b) Kældu skelina í að minnsta kosti 30 mínútur eða yfir nótt.

c) Hitið ofninn í 350 gráður.

d) Klæðið skelina með álpappír og fyllið hana með hrísgrjónum. Bakið skelina í miðjum ofni í 25 mínútur.

e) Fjarlægðu álpappír og hrísgrjón varlega og bakaðu skelina í 5 mínútur í viðbót, eða þar til þau eru föl gullin. Kælið skel á pönnu á grind.

FYLLING

f) Í blandara eða örgjörva blandaðu fyllingunni þar til það er slétt. Dreifið bláberjum jafnt í botninn á skelinni.

g) Hellið súrmjólkurfyllingunni yfir bláberin og bakið í miðjum ofni í 30 til 35 mínútur eða þar til rétt stíft.

h) Fjarlægðu brúnina af pönnunni og kældu tertuna alveg á pönnunni á grind. Sigtið sælgætissykur yfir tertuna og berið fram við stofuhita eða kældan með bláberjaís. Heimild: Conde Nast's Gourmet's Weekends.

63. Blandað ávaxtaterta

Gerir: 8 skammta

HRÁEFNI:

- ¼ bolli Rúsínur
- ½ bolli Sjóðandi vatn
- 8 sneiðar af hvítu brauði
- 1½ bollar 1% léttmjólk, skipt
- 1 bolli Skrældar, saxaðar perur
- 2 matskeiðar Hveiti
- ¼ bolli + 2 tb. sykur, skipt
- 2 matskeiðar Maísmjöl
- 1 tsk Rifinn sítrónubörkur
- 3 Egg, létt þeytt
- ½ bolli Frælaus rauð vínber helminguð
- 2 teskeiðar Saxað ferskt rósmarín
- 2 teskeiðar Ólífuolía

LEIÐBEININGAR:

a) Blandið saman rúsínum og sjóðandi vatni; auðvelt að standa í 15 mínútur. Tæmið og setjið til hliðar.

b) Skerið skorpurnar úr brauði. Skerið hverja sneið í 4 þríhyrninga; sett í eitt lag í 13 x 9 x 3 bökunarform. Hellið ½ bolli af mjólk yfir brauðið og látið standa í 5 mínútur.

c) Raðið brauðþríhyrningunum varlega í botninn á 10" quiche fati húðað með matreiðsluúða.

d) Toppið með eplum og perum.

e) Setjið hveiti í skál og bætið afganginum af mjólkinni smám saman út í, hrærið með vírþeytara þar til það er blandað saman.

f) Hrærið sykri, maísmjöli, sítrónubörk og eggjum út í; hrærið vel.

g) Hellið mjólkurblöndu yfir epli og peru; toppið með rúsínum og vínberjum og stráið rósmarín yfir.

h) Dreypið olíu yfir blönduna; stráið afganginum af sykri yfir.

i) Bakið við 350F í 50 mínútur eða þar til sett; kælið á vírgrind. Skerið í báta.

64. Hátíðarávaxtatertur

Gerir: 10 skammta

HRÁEFNI:

- 3 bollar Venjuleg fitulaus jógúrt
- Matreiðslusprey
- 1¾ bollar Venjulegur hafrar, ósoðinn
- ¼ bolli Þéttpakkaður púðursykur
- 2 matskeiðar Hveiti
- ½ bolli Hindberjadreifanleg ávöxtur
- 6 matskeiðar Smjörlíki, brætt
- 12 aura af fituskertum rjómaosti, mildaður
- 6 matskeiðar Sykur
- 1½ matskeiðar Rifinn sítrónubörkur
- 1½ matskeiðar Sítrónusafi
- 2 bollar Frosin hindber, þídd og tæmd

LEIÐBEININGAR:

a) Settu jógúrt í kaffisíufóðrað sigti; settu það yfir skál og hyldu það með plastfilmu. Kælið í kæli og látið renna af í 12 klst.

b) Forhitaðu ofninn í 350'F.; Sprautaðu tíu 4½" tartlettupönnur með PAM. Í matvinnsluvélarskál skaltu vinna úr höfrum, púðursykri og hveiti þar til það er fínmalað.

c) Bæta við smjörlíki; vinna þar til sameinast. Settu 3 matskeiðar hafrablöndu í hverja tartlettapönnu; þrýstu jafnt á botninn og ½" upp á hliðina. Settu tarteletupönnur á hlauprúlluplötu; bakaðu í 15-17 mínútur eða þar til þær eru gullnar. Kældu alveg á vírgrind.

d) Þeytið rjómaost í skál þar til hann er sléttur. Hrærið tæmd jógúrt, sykri, sítrónubörk og safa saman við. Skeið jafnt í tilbúnar skorpur. Settu 2 matskeiðar af ávaxtasósu ofan á, settu yfir og kældu í að minnsta kosti 3 klukkustundir.

e) ÁVAXTASÓSA: Hrærið í meðalstórum potti All Fruit við lágan hita þar til mjúkt; hrærið ávöxtum saman við.

65. Regnboga ávaxtaterta

Gerir: 8 skammta

HRÁEFNI:

- ½ Afgreiðsla af sætu deigi fyrir bökur og tertur

HVÍT SÚKKULAÐI FYLLING

- ⅔ bolli Þungt krem
- 10 aura Hvítt súkkulaði
- 1 msk Kirsch eða hvítt romm

KLÁR

- 1 pint Jarðarber
- 2 Kiwi
- ½ pint Hindber
- Ristaðar möndlur í sneiðar eða saxaðar
- Pistasíuhnetur
- Sælgætissykur

LEIÐBEININGAR:

a) Fyrir tertuskorpuna, hitið ofninn í 350 gráður og setjið grind í miðjuna. Smyrjið tertuformið. Rúllaðu deiginu á hveitistráðu yfirborði og klæððu 9 tommu tertuform með því. Gataðu deigið allt með gafflitinum og klæddu það með smjörpappír eða smjörpappír.

b) Fylltu með þurrum baunum. Bakið tertuskurnina í um það bil 20 til 30 mínútur, þar til hún er þurr og djúpgul á litinn. Kælið tertuskurnina á grind.

c) Fyrir súkkulaðifyllinguna er rjóminn látinn sjóða í meðalstórum potti við vægan hita.

d) Takið af hitanum og bætið súkkulaðinu út í í einu. Hristið pönnuna þannig að allt súkkulaðið sé á kafi og látið standa í 3 mínútur til að bræða súkkulaðið.

e) Bætið við líkjör og þeytið slétt. Hellið fyllingunni í skál og kælið í kæli þar til hún þykknar, en ekki harðnar, í um það bil 20 mínútur, hrærið af og til á meðan hún er að kólna.

f) Þeytið fyllinguna örlítið til að hún verði nógu mjúk til að dreifa henni.

g) Dreifið fyllingunni jafnt í kældu tertuskurnina.

h) Raðið ávöxtunum í sammiðjaðar raðir á súkkulaðifyllinguna, þrýstið þeim aðeins inn.

i) Til að móta tertuna skaltu setja tertupönnuna á stórri dós eða dós og leyfa pönnuhliðinni að falla frá.

j) Renndu tertunni af pönnubotninum yfir á stóran, flatbotna disk.

k) Strax áður en hún er borin fram, kantið tertuna með möndlunum eða pistasíuhnetunum og stráið hana með sykri frá sælgætisgerðunum.

66. Vanillukrem ávaxtaterta

Gerir: 12 skammta

HRÁEFNI:

- ¾ bolli Smjör eða smjörlíki -- Mýkt
- ½ bolli Sælgætissykur
- 1½ bollar Hveiti
- 10 aura Pakki af vanilluflögum, brætt og kælt
- ¼ bolli Þeyttur rjómi
- 8 aura Pakki af rjómaosti, mildaður
- 1 pint af ferskum jarðarberjum, sneidd
- 1 bolli Fersk bláber
- 1 bolli Fersk hindber
- ½ bolli Ananassafi
- ¼ bolli Sykur
- 1 msk Maíssterkja
- ½ tsk Sítrónusafi

LEIÐBEININGAR:

a) Í skál, rjómasmjör og sælgætissykur. Þeytið hveiti út í.
b) Klappaðu í botninn á smurðri 12 tommu pizza pönnu.
c) Bakið við 300 í 25-28 mínútur eða þar til þær eru ljósbrúnar.
d) Flott. Þeytið bráðnar franskar og rjóma í aðra skál.
e) Bæta við rjómaosti; þeytið þar til slétt. Dreifið yfir skorpuna. Kældu í 30 mínútur.
f) Raðið berjunum yfir fyllinguna. Blandaðu saman ananassafa, sykri, maíssterkju og sítrónusafa í potti; látið suðuna koma upp við meðalhita.
g) Sjóðið í 2 mínútur eða þar til það hefur þykknað, hrærið stöðugt í.
h) Kaldur; penslið yfir ávextina. Kælið 1 klukkustund áður en borið er fram. Geymið í kæli.

67. Parisienne ávaxtaterta

Gerir: 6 skammta

HRÁEFNI:

- 10 aura pakki af frosnum patty skeljum
- Sykur
- 1 bolli Mjólk
- 1 bolli Þungt krem
- 4 aura pakki af mjúkri eftirréttblöndu með vanillubragði
- 2 banana
- 2 matskeiðar Sítrónusafi
- ⅓ bolli Apríkósukonur
- 2 bollar Frælaus græn vínber, þvegin
- 8¼ aura sneið ananas, tæmd.

LEIÐBEININGAR:

a) Fjarlægðu patty skeljar úr pakkanum. Þíða við stofuhita í hálftíma.

b) Setjið hringi af deiginu, skarast örlítið, langsum á létt hveitistráðu yfirborði. Rúllaðu í 16x4 tommu rétthyrning.

c) Settu á ósmurða stóra kökuplötu; snyrtu brúnirnar jafnt; stungið vel með gaffli; kælið í 30 mínútur.

d) Rúllaðu snyrtinguna þunnt aftur; skera í ⅓ tommu breiðar ræmur um það bil 4 tommur að lengd; bursta með vatni; þrýstu endum saman til að búa til hringa.

e) Penslið hringina með vatni, dýfið síðan í sykur; setjið á kökuplötuna ásamt ferhyrningnum á sætabrauðinu.

f) Bakið deigið og sætabrauðið í ofni við 400 gráður í 10 mínútur. varahringir til skrauts.

g) Bakið ferhyrningur með sætabrauði 10 mínútum lengur, eða þar til hann er gullinbrúnn.

h) Fjarlægðu tvær vírgrind; flott.

i) Blandið mjólk, ¼ bolla af rjómanum og eftirréttarblöndunni saman í lítilli djúpri skál; slá, eftir leiðbeiningum á merkimiðanum . Kældu í 15 mínútur.

j) Afhýðið og skerið banana í ¼ tommu þykkar sneiðar. Stráið helmingnum af sítrónusafanum yfir.

k) Skiptið deiginu í tvö lög.

l) Settu botnlagið á langan skammt eða borð; dreift með um ⅔ af mjúkum eftirréttinum; raða bananasneiðum á langar hliðarbrúnir; dreifið með eftirréttblöndunni sem eftir er.

m) Toppið með öðru sætabrauðslagi.

n) Hitið apríkósukonur með afganginum af sítrónusafa þar til bráðnar á pönnu; kólna aðeins. Penslið yfir tertuna.

o) Þeytið afganginn af rjómanum þar til hann er stífur í skál.

p) Páfa eða dreifið þeyttum rjóma yfir deigið.

q) Raðið snyrtilegum röðum af vínberjum í rjóma, byrjað á ytri brúnum.

r) Skerið ananas sneiðar í tvennt og setjið í miðjuna.

s) Skreytið með fráteknum sætabrauðshringum.

68. Premier hvít ávaxtaterta

Gerir: 1 skammt

HRÁEFNI:

- Sætabrauð fyrir einskorpu; 9 tommu baka
- ⅓ bolli Kornsykur
- ¼ bolli Hveiti
- 3 Eggjarauður
- 1 bolli Mjólk
- 6 aura pakki af hvítum bökunarstöngum, saxaðar
- 1 tsk Vanilludropar
- ¼ bolli Apríkósusulta; hitnaði
- 2 Kívíávöxtur; skrældar og skornar í sneiðar
- 1 bolli Hindber
- Premier White Leaves, valfrjálst

LEIÐBEININGAR:

a) Line 9-tommu tertu pönnu með sætabrauð; snyrta brúnir.

b) Stingið deigið með gaffli. Bakið í forhituðum 425 gráður F ofni í 10 til 12 mínútur þar til skorpan er léttbrúnt. Kældu niður í stofuhita.

c) Blandið saman sykri og hveiti á pönnu; hrærið eggjarauður og mjólk saman við.

d) Eldið við meðalhita, hrærið stöðugt þar til blandan nær að sjóða.

e) Dragðu úr hita. Látið malla, hrærið stöðugt í, í 3 mínútur þar til blandan er þykk og slétt. Takið af hitanum.

f) Bæta við bökunarstöngum og vanillu; hrærið þar til slétt.

g) Þrýstu plastfilmu beint á yfirborð fyllingarinnar; slappaðu alveg.

h) Fjarlægðu tertuskurnina af pönnunni. Penslið sultu yfir botninn; auðvelt að standa í 5 mínútur.

i) Smyrjið með fyllingu. Raðið ávöxtum ofan á. Slappaðu af. Skreytið með Premier White Leaves, ef vill.

GRÆNTÆMATERTA

69. Alpine kartöfluterta

Gerir: 10 skammta

HRÁEFNI:

- 7 stórar Idaho kartöflur
- 3 bollar svissneskur ostur, rifinn
- 3 bollar þungur rjómi
- 3 tsk hvítlaukur, saxaður
- 1 matskeið Salt
- 2 tsk svartur pipar, nýsprunginn
- 1 msk Fersk timjanlauf, saxað
- 1 tsk Smjör, mildað
- Forhitaðu ofninn í 300 gráður F.

LEIÐBEININGAR:

a) Flysjið kartöflurnar og skerið þær í um það bil ⅛ tommu þykkar sneiðar. Setja til hliðar.

b) Blandið saman kartöflusneiðunum, helmingnum af rifnum osti og rjóma, hvítlauk, salti, pipar og timjan í skál. Blandið þar til það er vel blandað.

c) Smyrjið 9 tommu fermetra kökuform eða eldfast mót með mjúku smjöri á botni og hliðum. Setjið kartöflublönduna í botninn á pönnunni og þrýstið vel á um leið og þið bætið við. Þegar blandan er öll komin á pönnuna skaltu ganga úr skugga um að henni sé vel pakkað. Setjið restina af ostinum ofan á.

d) Bakið í forhituðum ofni þar til toppurinn er gullinbrúnn, um 1½ klukkustund. Takið kartöflurnar úr ofninum og leyfið þeim að hvíla í 15 mínútur áður en þær eru skornar í sneiðar. Skerið í 2 til 3 tommu ferninga.

70. Þistiltærta

Gerir: 8 skammta

HRÁEFNI:

- 1 blindbakað bökubotn í 10 flautu; d
- 1 tertuform
- 2 matskeiðar ólífuolía
- 1-eyri pancetta; julienned
- ½ bolli hakkaður laukur
- 2 matskeiðar saxaður skalottlaukur
- 6-únsu þistilhjörtu með þistilhjörtum
- 1 matskeið saxaður hvítlaukur
- ¼ bolli þungur rjómi
- 3 matskeiðar chiffonade af ferskri basil
- 1 safi af einni sítrónu
- ½ bolli rifinn Parmigiano-Reggiano ostur
- ½ bolli rifinn Asiago ostur
- 1 salt; tveir lyklar
- 1 nýmalaður svartur pipar; tveir lyklar
- 1 bolli herbed tómatsósa; hlýtt
- 1 matskeið chiffonade basil
- 2 matskeiðar rifinn parmesanostur

LEIÐBEININGAR:

a) Hitið ofninn í 350 gráður.
b) Hitið ólífuolíuna á pönnu.
c) Steikið pancettan í 1 mínútu.
d) Bætið lauknum og skalottlauknum saman við og steikið í 2 til 3 mínútur.
e) Bætið hjörtum og hvítlauk út í og steikið áfram í 2 mínútur.
f) Bætið rjómanum út í. Kryddið með salti og pipar. Hrærið basilíkunni og sítrónusafanum saman við.
g) Takið af hitanum og kælið. Dreifið ætiþistlablöndunni á botninn á tertuforminu. Stráið ostinum yfir blönduna.

h) Bakið í 15 til 20 mínútur eða þar til ostarnir hafa bráðnað og eru orðnir gullinbrúnir. Setjið skeið af sósunni á miðjan diskinn. Setjið sneið af tertunni í miðju sósunnar.
i) Skreytið með rifnum osti og basil.

71. Graskerbaka ostakökuterta _

Gerir: 1

HRÁEFNI:

SKORPAN

- ¾ bolli möndlumjöl
- ½ bolli hörfræmjöl
- ¼ bolli smjör
- 1 tsk Graskerbökukrydd
- 25 dropar Liquid Stevia

FYLLINGIN

a) 6 aura af vegan rjómaosti
b) ⅓ bolli graskersmauk
c) 2 matskeiðar sýrður rjómi
d) ¼ bolli Vegan Heavy Cream
e) 3 matskeiðar smjör
f) ¼ tsk Graskerbökukrydd
g) 25 dropar Liquid Stevia

LEIÐBEININGAR:

a) Blandið saman öllum skorpunni þurr hráefni og stara vandlega.
b) Maukið saman þurr hráefni með smjörinu og fljótandi stevíu þar til deig myndast.
c) Fyrir litla tertuformin þín skaltu rúlla deiginu í litla kúlur.
d) Þrýstu deiginu að hliðinni á tertuforminu þar til það nær og fer upp með hliðunum.
e) Blandið öllum fyllingum í skál.
f) Blandið innihaldsefnunum í fyllinguna með því að nota blöndunartæki.
g) Þegar fyllingarefnin eru orðin slétt skaltu dreifa þeim í skorpuna og kæla .
h) Takið úr ísskápnum, sneiðið og toppið með þeyttum rjóma ef vill.

72. Steiktar grænmetistertur

Gerir: 1 skammt

HRÁEFNI:

- 450 grömm Kartöflur; skrældar, rifnar,
- 1 stór Parsnip; skrældar og rifnar
- 50 grömm af venjulegu hveiti
- Salt og nýmalaður pipar
- 3 L5ml jurtaolía
- 2 papriku; kjarnhreinsað og gróft saxað
- 1 Kúrbít; skera í bita
- 2 Hvítlauksrif; mulið
- 1 Rauðlaukur; skera í bita
- 2 125 g kartöflur; vel skrúbbað
- 25 grömm Grænmetisæta Pecorino; flögur

LEIÐBEININGAR:

a) Forhitið ofninn í 220øC/425øF/Gas Mark 7

b) Blandið rifnum kartöflum, pastinip og hveiti saman; Kryddið með salti og pipar, bindið síðan saman með 2 x 15ml skeið / 2 matskeiðar af olíu.

c) Skiptið í 4 hauga á vel smurða ofnplötu og mótið í 10 cm / 4 tommu hreiður með brúnirnar aðeins hækkaðar. Hyljið með matarfilmu og kælið í 30 mínútur.

d) Á meðan er paprikunni, kúrbítnum, hvítlauknum og lauknum blandað saman. Skerið kartöflurnar langsum í jafna báta og bætið við hitt grænmetið.

e) Hellið grænmetinu í olíuna sem eftir er með salti og pipar og steikið síðan í ofni í 20 mínútur.

f) Snúið grænmetinu við. Afhjúpaðu terturnar og settu þær í ofninn á sér plötu, haltu áfram að elda í 20 mínútur til viðbótar.

g) Flyttu terturnar yfir í matarrétti og helltu ristuðu grænmeti yfir með skeið.

h) Toppið með pecorino-flögum og berið fram strax.

73. Ristað grænmetis- og geitaosti brioche terta

Gerir: 8 skammta

HRÁEFNI:

- ½ oz ferskt ger
- 3 ½ aura Heitt vatn
- 8 oz Sterkt venjulegt hvítt hveiti
- 1 oz sykur
- 2 egg
- 4 oz ósaltað smjör
- 1 lítið Eggaldin
- 1 miðlungs Kúrbít
- 2 matskeiðar Ólífuolía
- 15 g pakki af fersku timjan
- 2 Hvítlauksrif; þykkt sneið
- 1 rauður pipar
- 3 ½ oz geitaostur; sneið
- Salt og nýmalaður svartur pipar

LEIÐBEININGAR:

a) Forhitaðu ofninn í 400 F.

b) Blandið gerinu saman við volgu vatni, bætið við 4 msk af venjulegu hveiti, hyljið skálina með filmu og látið standa á heitum stað í 10-15 mínútur.

c) Setjið afganginn af hveitinu í skál.

d) Bætið við sykri, eggjum, gerblöndu og smá salti. Þeytið vel í 5 mínútur.

e) Hyljið skálina með plastfilmu og látið deigið standa á heitum stað í 30 mínútur eða þar til deigið hefur tvöfaldast að stærð.

f) Skerið eggaldin og kúrbítinn eftir endilöngu.

g) Setjið þetta á bökunarplötu og penslið með ólífuolíu. Stráið 1 hvítlauksrif og smá timjan yfir. Bakið í 10 mínútur.

h) Setjið rauða papriku á sérstakan bakka, penslið með ólífuolíu og stráið hvítlauk og timjan yfir. Bakið í ofni í 20 mínútur þar til það er mjúkt. Þegar það er kalt fjarlægðu húðina.

i) Þegar brioche deigið hefur tvöfaldast að stærð, setjið skálina aftur í hrærivélina og þeytið mjúka smjörið smám saman út í. Hyljið skálina aftur með matarfilmu og setjið skálina á hlýjan stað í 30 mínútur til viðbótar.

j) Þegar brioche hefur tvöfaldast að stærð, takið það úr skálinni í um það bil 30-40 mínútur. Hveiti létt yfir vinnuflötinn og fletjið deigið út í ¾ tommu þykkt og setjið deigið í botninn á form sem ekki festist.

k) Raðið geitaostinum og ristuðu grænmetinu ofan á deigið og skilið eftir ¾ tommu um ytri brúnina. Stráið fersku timjan yfir og kryddið með salti og nýmöluðum svörtum pipar.

l) Bakið í ofni í 35 mínútur þar til þær eru gullinbrúnar.

m) Takið úr forminu og penslið með afganginum af ólífuolíu.

74. Bragðmikil grænmetisterta

Gerir: 6 skammta

HRÁEFNI:
BÆKURSKORPA

- 2 bollar Óbleikt hvítt hveiti
- ⅓ bolli Heilhveiti
- ½ tsk Salt
- ½ bolli Grænmetisolía
- 4 matskeiðar Undanrennu eða léttmjólk; eftir þörfum, allt að 5
- 4 teskeiðar Ólífuolía
- 2 stórar Laukur; sneið
- ½ tsk Salt
- ¼ teskeið Nýmalaður svartur pipar
- 2 miðlar Kúrbít; þunnt sneið
- 3 Plómutómatar; þunnt sneið

LEIÐBEININGAR:
a) Hitið ofninn í 400 F. Blandið bæði hveiti og salti í skál.
b) Bætið olíunni smám saman út í og blandið blöndunni með gaffli þar til hún er molnuð. Hrærið með gaffli, bætið við nægri mjólk þar til blandan kemur saman í kúlu. Mótaðu í lítinn disk.
c) Fletjið deigið út á milli tveggja blaða af vaxpappír í 12 tommu hring um ¼ tommu þykkt.
d) Fjarlægðu efsta blaðið og hvolfið deiginu, án þess að teygjast, í 9 tommu kringlótt tertuform með lausan botn.
e) Fjarlægðu efsta stykki vaxpappírsins varlega. Setjið deigið meðfram botninum og hliðunum á tertuforminu og klippið til kantana.
f) Klæddu skorpuna lauslega með filmu og fylltu hana með þurrkuðum baunum eða bökuþyngd.
g) Bakið í 15 mínútur. Fjarlægðu álpappír og baunir og bakaðu þar til þær eru gullinbrúnar, um það bil 15 mínútur í viðbót. Færið yfir á vírgrind og látið kólna. Lækkaðu ofnhitann í 375 F.
h) Hitið olíu yfir miðlungshita í stórri pönnu.

i) Bætið lauknum út í og eldið, hrærið af og til, þar til hann er gullinbrúnn, 15 til 20 mínútur.

j) Færið í skorpu og dreifið jafnt yfir. Kryddið með smá salti og pipar.

k) Bætið kúrbítnum á pönnu og eldið þar til það er létt gullið, um það bil 2 mínútur á hvorri hlið.

l) Raðið kúrbíts- og tómatsneiðum í hringi til skiptis ofan á lauk, stráið restinni af salti og pipar yfir. Bakið þar til tómatarnir mýkjast, um 25 mínútur. Berið fram heitt, eða flytjið yfir á vírgrind til að kólna, geymið síðan í kæli þar til tilbúið er að þjóna.

75. Grænmetiskremsterta

Gerir: 1 skammt

HRÁEFNI:

- ¼ pund Margs konar villtir og framandi sveppir bls
- 5 sneiðar Rauðlaukur
- 5 sneiðar Eggaldin
- 10 sneiðar Kúrbít
- 10 sneiðar Gulur leiðsögn
- ¼ bolli Ólífuolía
- Salt og nýmalaður svartur pipar eftir smekk
- 4 stórar Eggjarauður
- 2 bollar Þungt krem
- ½ bolli Nýrifinn Parmigiano-Reggiano ostur
- 1 msk Saxuð fersk steinseljublöð
- 1 strik Worcestershire sósu
- 1 dash af heitri sósu
- ½ Grunnbökudeig; rúllaði út

LEIÐBEININGAR:

a) Hitið ofninn í 400 gráður.

b) Setjið sveppina og grænmetið í skál, bætið ólífuolíu út í og kryddið með salti og pipar. Kasta tveimur yfirhafnir.

c) Dreifið grænmetinu jafnt á stóra ofnplötu og steikið þar til það er létt gullið, um 20 mínútur.

d) Takið úr ofninum og látið kólna.

e) Lækkið ofnhitann í 350 gráður.

f) Blandið saman eggjarauðunum og rjómanum í annarri skál og þeytið vel saman. Bætið ostinum, steinseljunni, Worcestershire og heitri sósunni út í og kryddið með salti og pipar.

g) Þeytið til að blanda saman.

h) Klæddu 10 tommu djúpa bökuform með bökuskorpunni og krumpaðu brúnirnar.

i) Leggðu eggaldinið í lag, síðan leiðsögnina, kúrbítinn, sveppina og laukinn í botninn á pönnunni.

j) Hellið eggjablöndunni jafnt yfir.

k) Bakið þar til miðjan stífnar og toppurinn er gullinn, um 50 mínútur.
l) Takið úr ofninum og látið kólna í 5 mínútur áður en það er skorið í sneiðar til að bera fram.

OSTERTUR

76. Alsace ostterta

Gerir: 10 skammta

HRÁEFNI:

- 4 bollar kökumjöl
- ⅝ bolli sykur
- 2½ stangir af sætu smjöri
- 1 heilt egg
- 16 aura af Ricotta osti
- ¾ bolli þungur rjómi
- 4 stór egg, aðskilin
- dash Ferskur sítrónusafi
- klípa Fersk vanillubaunafræ EÐA
- 2 dropar til 3 dropar af vanilluþykkni
- 2 matskeiðar Kirsch
- ¾ bolli til 1 bolli af sykri
- ½ tsk malaður kanill
- 1 tsk vanilluþykkni
- Rifinn börkur af ½ sítrónu

LEIÐBEININGAR:

a) Blandið öllu hráefninu vel saman, án þess að ofvinna deigið. Leyfðu deiginu að hvíla í 30 mínútur fyrir notkun.

b) Forhitið ofninn í 375F. Fletjið deigið út á hveitistráðu yfirborði og klæðið botn og hliðar á 9 tommu til 10 tommu tertu/bökuformi með deiginu.

c) Þeytið ricotta og rjóma saman í skál; bætið við eggjarauðu, sykri, kanil, vanillu, kirsch og sítrónubörk. Blandið vandlega þar til það er mjög slétt.

d) Þeytið eggjahvítur þar til þær eru stífar og blandið þeim varlega saman við deigið.

e) Hellið deiginu í sætabrauðsklædda formið.

f) Bakið í 40 til 45 mínútur, eða þar til það er örlítið blásið og mjög brúnt. Kælið tertuna alveg, kælið síðan í nokkrar klukkustundir áður en hún er skorin niður.

77. Amaretto ostakökutertur

Gerir: 24 skammta

HRÁEFNI:

- ⅓ bolli Sólblómafræ eða möndlur fínmalaðar
- 8 aura af rjómaosti
- 1 egg
- ⅓ bolli Ósykrað rifin kókos
- 2 matskeiðar hunang
- 2 matskeiðar Amaretto líkjör

LEIÐBEININGAR:

a) Klæðið bollana af tveimur muffinsformum með pappírsfóðri.

b) Sameina sólblómafræ og kókos.

c) Setjið 1 teskeið af þessari blöndu í hverja fóður.

d) Þrýstið niður með bakinu á skeið til að hylja botnana.

e) Forhitið ofninn í 325F.

f) Til að gera fyllinguna, skerið rjómaostinn í 8 kubba og blandið saman við egg, hunang og Amaretto í matvinnsluvél, blandara eða skál þar til það er slétt og rjómakennt.

g) Setjið matskeið af fyllingunni í hvern tertubolla og bakið í 15 mínútur

78. Belgísk ostterta

Gerir: 8 skammta

HRÁEFNI:

- Smákaka
- ½ pund af rjómaosti
- 3 matskeiðar Sælgætissykur
- 1 tsk Sítrónusafi
- 2 egg; Stórt
- ⅔ bolli Þungt krem

LEIÐBEININGAR:

a) Forhitið ofninn í 350 gráður F. Þeytið saman ost, sykur og sítrónusafa í skál þar til blandan er létt og loftkennd. Bætið eggjunum saman við, einu í einu og þeytið vel eftir hverja viðbót. Þeytið þar til það er mjög slétt eftir síðustu viðbót.

b) Hrærið rjómanum út í og hellið blöndunni í tilbúna skorpu.

c) Penslið toppinn á tertunni með eggi og sælgætissykri sem hefur verið þeytt saman.

d) Bakið í 25 mínútur eða þar til stíft. Kælið í stofuhita og kælið síðan áður en það er borið fram.

79. Pipar og ostterta

Gerir: 6 skammta

HRÁEFNI:

- 1½ bollar Hveiti
- 1 tsk Sykur
- ¼ teskeið Salt
- ½ bolli kælt ósaltað smjör, skorið í bita
- 4 matskeiðar af ísvatni
- 10 Aspasspjót, snyrt og skorið í 1 tommu bita
- 3 matskeiðar Ólífuolía
- 2 Rauð paprika, skorin í eldspýtustangastærðir
- 2 Græn papriku, skorin í eldspýtustangastærða strimla
- 2 litlar Blaðlaukur, skorinn í eldspýtustangastærðir
- 1 bolli Rifinn Gruyere ostur
- 1 bolli Rifinn mozzarella ostur

LEIÐBEININGAR:

FYRIR SKORPAN:

a) Blandið saman hveiti, sykri og salti í matvinnsluvél.

b) Bætið smjöri út í og skerið í með því að nota kveikja/slökkva snúninga þar til blandan líkist grófri máltíð.

c) Blandið nægu vatni saman við með matskeið þar til deigið byrjar að klessast saman.

d) Safnaðu deiginu í kúlu; flettu það út í disk.

e) Pakkið inn í plast og kælið í 1 klst.

f) Forhitið ofninn í 350'F.

g) Smyrjið 9 tommu þvermál tertuform með lausan botn.

h) Fletjið deigið út á létt hveitistráðu vinnuborði í ⅛ tommu þykkt kringlótt. Flyttu deigið yfir á tilbúna tertuformið. Klipptu brúnir.

i) Frystið í 15 mínútur. Fóðrið skorpuna með filmu. Fylltu með þurrkuðum baunum. Bakið í 15 mínútur.

j) Fjarlægðu álpappír og baunir.

k) Bakið þar til það er létt gullið á köntunum, um 15 mínútur.

FYRIR FYLLINGU:

l) Látið suðu koma upp í stórum potti af vatni. Bætið aspas út í og blásið í 2 mínútur. Tæmdu. Flyttu yfir í skál með ísvatni og kældu.

m) Tæmdu. Hitið olíu í þungri stórri pönnu við háan hita. Bætið papriku og blaðlauk út í og steikið þar til það er aðeins mjúkt, um það bil 10 mínútur.

n) Flytið yfir í skál. Blandið aspas saman við.

o) Forhitið ofninn í 350'F. Blandið Gruyere í grænmeti.

p) Flyttu blönduna yfir í skorpuna.

q) Stráið mozzarella osti yfir. Bakið tertan þar til osturinn bráðnar, um 10 mínútur. Berið fram heitt.

80. Morgunverðarostterta

Gerir: 1 skammt

HRÁEFNI:

- Sætabrauð fyrir 9 tommu baka; Notaðu Basic Pie Crust
- 8 aura Svissneskur eða Jarlsberg ostur; skera í bita
- 1 pund Ricotta ostur
- 3 Egg
- 1 miðlungs Laukur; saxað fínt
- 2 Hvítlauksrif; ýtt
- ½ tsk Hvítur pipar
- 2 miðlar Stórir þroskaðir tómatar; skrældar og þunnar sneiðar
- 1 tsk Extra virgin ólífuolía
- 1 msk Nýklipptur graslaukur
- 1 msk Hakkað steinselja
- 1 tsk Saxað ferskt timjan;
- 1 tsk Hakkað fersk basil;

LEIÐBEININGAR:

a) Hitið ofninn í 450 gráður. Notaðu 9 tommu x 1 tommu tertuform með lausan botn. Úðið vel með matreiðsluúða eða smjöri ríkulega.

b) Ýttu á deigið þannig að það passi í pönnuna. Skerið mjúklega um það bil 1 tommu út fyrir brún pönnunnar, brjóttu síðan aftur yfir brúnina og krumpaðu til að gera aðlaðandi og traustan rifið brún. Klæddu pönnuna með álpappír sem þú hefur úðað með matreiðsluúða á báðum hliðum, settu síðan 8 eða 9 tommu glerbökuform inni í álpappírnum.

c) Snúðu samsetningunni á hvolf á kökuplötunni og bakaðu í 9 mínútur. Taktu pönnuna úr ofninum, snúðu við og fjarlægðu bökuplötuna og álpappírinn.

d) Settu aftur í ofninn og bakaðu 5 mínútum lengur. Fjarlægðu að ofan og settu til hliðar. Lækkið ofnhitann í 350 gráður. Blandið saman Jarlsberg, ricotta, eggjum, lauk, hvítlauk og pipar í blandara eða vinnuskál í matvinnsluvél.

e) Hrærið þar til það er slétt og vel blandað. Hellið jafnt í bakaða skelina, Setjið pönnuna á kökuplötuna. Bakið í 25 til 30 mínútur þar til fyllingin hefur stífnað að hluta. Á meðan, tæmdu tómatsneiðarnar á pappírshandklæði. Takið tertuna úr ofninum.

f) Raðið tómatsneiðum ofan á kantinn. Settu aftur í ofninn og bakaðu í 30 til 35 mínútur, þar til hnífurinn sem stungið er í miðjuna kemur hreinn út. Penslið tómatana með ólífuolíu og stráið ferskum kryddjurtum yfir. Auðvelt að standa í 20 mínútur. Fjarlægðu hliðar tertuformsins með því að þrýsta upp á botninn sem hægt er að fjarlægja.

g) Setjið á hringlaga disk, skreytið með ferskum kryddjurtum og berið fram.

81. Rjómalöguð hvítlauks- og ostterta

Gerir: 8 skammta

HRÁEFNI:

- 1 Bökubotn í kæli
- 1 tsk flúoríð
- 3 aura rjómaostur, mildaður
- 6 ½ oz pakki hvítlaukur og krydd Rjómalöguð smurostur
- 2 matskeiðar Smjör
- 3 Egg
- ¼ teskeið Tímían
- ¼ teskeið Malaður rauður pipar
- ½ bolli Mjólk eða þungur rjómi

LEIÐBEININGAR:

a) Forhitið ofninn í 375F.
b) Klæðið bökuformið með skorpu; stráið létt með hveiti.
c) Þeytið osta og smjör þar til slétt. Bæta við eggjum, timjan og rauðum pipar; þeytið þar til létt og rjómakennt. Þeytið mjólk út í bara þar til það er blandað saman. Hellið í bökuskel.
d) Bakið, í neðri þriðjungi ofnsins, í um það bil 30 mínútur þar til létt og blásið og hnífur er hreinn. Ef það brúnast of hratt skaltu hylja það með filmu á síðustu 10 mínútum eldunar.
e) Sett á grind og kælt niður í stofuhita.

82. Karrí- og chutneyostterta

Gerir: 24 skammta

HRÁEFNI:

- 16 aura af rjómaosti
- 2 tsk Karríduft
- 2 msk Sherry
- 8 aura Cheddar ostur; tætt
- 4 Skáli; þunnt sneið
- 9 aura Krukka af chutney

LEIÐBEININGAR:

a) Settu ópakkaða pakka af rjómaosti í 2 lítra glermál.

b) Örbylgjuofn á miðlungs í 2½ mínútur.

c) Blandið karrýdufti og sherry saman við. Brjótið Cheddar og ¾ af lauknum saman við; blandið vel saman.

d) Setjið blönduna með skeið á disk í 8 tommu hring.

e) Notaðu spaða til að mynda tertuform, byggðu upp hliðarnar á meðan þú dregur ofan á.

f) Setjið chutney í blandara og maukið í einsleita blöndu.

g) Hellið í inndregið svæði osttertunnar. Kælið þar til það er stíft.

h) Til að bera fram, skreytið toppinn með lauknum sem eftir er.

83. Fransk ostterta

Gerir: 12 skammta

HRÁEFNI:

- 2 bollar Hveiti; ósigtað
- ¼ teskeið Salt
- ½ tsk Lyftiduft
- ⅔ bolli Smjör eða smjörlíki
- ⅓ bolli Kornsykur
- 2 Eggjarauður
- 2 matskeiðar Þungt krem
- ½ tsk Rifinn sítrónubörkur
- 4 matskeiðar Smjör eða smjörlíki
- ⅔ bolli Kornsykur
- 2 bollar Þurr kotasæla
- 1 Eggjarauða
- ¼ bolli Þungt krem
- ⅓ bolli Gull rúsínur
- ½ tsk Rifinn sítrónubörkur
- 1 Eggjahvíta; örlítið barinn
- Sælgætissykur

LEIÐBEININGAR:

a) Sigtið hveiti, salt og lyftiduft í skál.

b) Skerið smjörið út með sætabrauðsblöndunartæki þar til blandan líkist grófum mola.

c) Bætið við ⅓ bolla af strásykri, 2 eggjarauðum, 2 msk þungum rjóma og ½ tsk sítrónuberki; með gaffli, blandið þar til sætabrauðið heldur saman.

d) Snúið út á létt hveitistráðu yfirborði; hnoðið þar til slétt, um 2 mínútur.

e) Mótaðu í kúlu; pakka inn í vaxpappír. Kælið deigið í 30 mínútur. Gerðu ost

FYLLING:

f) Í skál með hrærivél á háhraða, þeytið smjör, strásykur og kotasælu þar til það hefur blandast vel saman, um það bil 3 mínútur.

g) Bætið við eggjarauðu og rjóma; slá vel. Hrærið rúsínum og sítrónuberki saman við. Forhitið ofninn í 350 F.

h) Smyrjið létt 13x9x2" bökunarform. Skiptu sætabrauðinu í tvennt.

i) Á létt hveitistráðu yfirborði, rúllaðu út helmingnum af deiginu í 13x9" ferhyrning.

j) Passaðu í botninn á tilbúnu pönnunni. Hellið í fyllinguna, dreifið jafnt yfir.

k) Skiptið afganginum af deiginu í tvennt. Skerið einn helminginn í 5 jafna bita.

l) Rúllaðu hverju stykki á borð í blýantslíka ræma sem er 13 tommur að lengd.

m) Raðið þessum lengjum eftir endilöngu, með 1½" millibili á fyllingunni.

n) Með afganginum af sætabrauðinu skaltu búa til nógu margar ræmur til að passa á ská, 1 ½ tommu á milli, þvert á lengjur.

o) Penslið sætabrauðslengjur með eggjahvítu.

p) Bakið í 40 mínútur eða þar til þær eru gullinbrúnar. Auðvelt að standa í 5 mínútur.

q) Stráið síðan konfektsykri yfir og skerið í 3 tommu ferninga. Berið fram heitt.

84. Geitaostur og spínatterta

Gerir: 8 skammta

HRÁEFNI:

- ½ bolli saxaður laukur
- 1 msk ólífuolía
- 3 bollar stilkað og þvegið spínat
- 5 egg
- 1½ bollar ferskur geitaostur
- 2 bollar þungur rjómi
- 1 salt; tveir lyklar
- 1 nýmalaður hvítur pipar; tveir lyklar
- 1 níu tommu forbökuð látlaus tertuskurn
- 2 msk saxaður graslaukur
- 2 matskeiðar smátt skorin rauð paprika

LEIÐBEININGAR:

a) Hitið ofninn í 350 gráður. Eldið laukinn í olíu á pönnu þar til hann er mjúkur, 5 mínútur; bæta við spínati, handfylli á klukkutíma, hrærið.

b) Eldið þar til spínat visnar, losar vökvann og vökvi gufar upp.

c) Færið í skál til að kólna. Í annarri skál þeytið egg með geitaosti til að blanda vel saman, bætið rjóma út í og hrærið í kældu spínatblöndunni; kryddið með salti og pipar. Fylltu terturskel. Bakið í 30 mínútur þar til kremið er vel stíft á hliðunum, en samt örlítið rakt í miðjunni.

d) Kælið á grind í um 10 mínútur áður en það er skorið í báta. Berið fram skreytt með niðurskornum graslauk og niðurskornum rauðri papriku.

85. Gylltur ananas-ostaterta

Gerir: 12 skammta

HRÁEFNI:

- 2 bollar Ósigtað hveiti
- ¼ teskeið Salt
- ½ tsk Lyftiduft
- ⅔ bolli Smjör eða smjörlíki
- ⅓ bolli Sykur
- 2 Eggjarauður
- 2 matskeiðar Rjómi
- ½ tsk Rifinn sítrónubörkur
- 8 aura Mulinn ananas
- 4 matskeiðar Smjör eða smjörlíki
- ⅔ bolli Sykur
- 16 aura Rjómaostur, mildaður
- 1 Eggjarauða
- ¼ bolli Þungt krem
- ½ bolli Gull rúsínur
- 1 tsk Rifinn sítrónubörkur

LEIÐBEININGAR:

BÆKUR:

a) Sigtið hveiti, salt og lyftiduft í skál.

b) Skerið ⅔ bolla af smjöri með sætabrauðsblöndunartæki þar til blandan líkist grófum mola.

c) Bætið við sykri, 2 eggjarauðum, rjóma og sítrónuberki.

d) Blandið saman með höndum þar til blandan heldur saman. Hveiti og hnoðið í um það bil 2 mínútur,

e) Kælið sætabrauð á vaxpappír í 30 mínútur.

f) Tæmdu ananasinn og forhitaðu ofninn í 350 gráður F. Smyrðu 10 tommu springform.

g) Fjarlægðu hliðina á pönnunni.

FYLLING:

h) Í skál, þeytið smjör, sykur og rjómaost á miklum hraða þar til það er blandað saman.

i) Bætið við eggjarauðu og rjóma. Hrærið saman ananas, rúsínum og sítrónuberki. Setja til hliðar.

j) Setjið ¾ af sætabrauðsdeiginu í botninn á springforminu.

k) Fletjið deigið út þannig að það passi á pönnuna. Bakið í 12 mínútur eða þar til það er gullið; flott. Skiptu um hlið gormsins af pönnunni.

l) Hellið fyllingunni í pönnuna - dreifið jafnt yfir.

m) Skreyttu toppinn á fyllingunni með afganginum af deiginu .

n) Bakið í 40 mínútur eða þar til þær eru gullinbrúnar. Kælið í 10 mínútur. Stráið konfektsykri yfir. Berið fram heitt eða við stofuhita. Geymið í kæli.

86. Vínber anda Rifsberjaterta með fontina osti

Gerir: 8 skammta

HRÁEFNI:

- ½ bolli Sjóðandi vatn
- ¼ bolli Þurrkaðir rifsber
- 6 sneiðar Hvítt brauð ¾ aura hver sneið
- Matreiðslusprey fyrir grænmeti
- 1½ bollar Léttmjólk; skipt
- 1¼ bollar Hægeldaður fontina ostur 5 aura
- 1¼ bollar Frælaus rauð vínber; helming
- 2 matskeiðar Hveiti
- ⅓ bolli Sykur
- 2 matskeiðar Gult maísmjöl
- 1 tsk Rifinn sítrónubörkur
- 3 Eggjahvítur; létt barinn
- 1 Egg; létt barinn
- 1 tsk Extra virgin ólífuolía
- 1 msk Sykur
- 2 teskeiðar Saxað ferskt rósmarín

LEIÐBEININGAR:

a) Hitið ofninn í 350 gráður.

b) Sameina sjóðandi vatn og rifsber; auðvelt að standa í 15 mínútur. Tæmið og setjið til hliðar. Skerið skorpurnar úr brauði; farga skorpunum.

c) Skerið hverja sneið í 4 þríhyrninga; settu þríhyrninga í eitt lag í 10 tommu quiche fat húðað með matreiðsluúða. Hellið ½ bolli mjólk yfir brauðið; auðvelt að standa í 5 mínútur. Toppið með rifsberjum, osti og vínberjum.

d) Setjið hveiti í skál og bætið smám saman við 1 bolla af mjólk sem eftir er, hrærið með vírþeytara þar til það er blandað saman.

e) Hrærið ⅓ bolla af sykri, maísmjöli, sítrónubörk, eggjahvítum og eggi út í; hellið yfir tertuna. Dreypið olíu yfir tertuna og stráið 1 matskeið af sykri og rósmaríni yfir.

f) Bakið í 45 mínútur eða þar til sett; kólna auðveldlega á vírgrind

87. Herbed osttertur

Gerir: 24 skammta

HRÁEFNI:

- ⅓ bolli Fínt þurrt brauðrasp eða fínmulið zwieback
- 8 aura Pakki af rjómaosti, mildaður
- ¾ bolli Kotasæla í rjóma-stíl
- ½ bolli Rifinn svissneskur ostur
- 1 msk Hveiti
- ¼ teskeið Þurrkuð basilíka, mulin
- ⅛ teskeið Hvítlauksduft
- 2 Egg
- non-stick úðahúð
- mjólkursýrður rjómi
- þroskaðar ólífur í sneiðar eða sneiðar, rauður kavíar
- ristuð rauð paprika

LEIÐBEININGAR:

a) Fyrir skorpuna skaltu úða tuttugu og fjórum 1¾ tommu muffinsbollum með nonstick úðahúð.

b) Stráið brauðmylsnu eða mulnu zwieback á botninn og hliðarnar til að hjúpa.

c) Hristið pönnur til að fjarlægja umfram mola. Setja til hliðar.

d) Blandið saman rjómaosti, kotasælu, svissneskum osti, hveiti, basilíku og hvítlauksdufti í lítilli hrærivélarskál. Þeytið með rafmagnshrærivél á meðalhraða bara þar til það er orðið loftkennt.

e) Bæta við eggjum; þeytið á lágum hraða bara þar til blandast saman. Ekki ofgera.

f) Fylltu hvern mola-fóðraða muffinsbolla með 1 matskeið af ostablöndunni. Bakið í 375 gráður F ofni í 15 mínútur eða þar til miðjurnar virðast stífnar.

g) Kælið í pönnum á vírgrind í 10 mínútur. Takið af pönnunni.

h) Kælið vel á vírgrind.

i) Til að bera fram, dreifðu toppnum með sýrðum rjóma. Skreytið með ólífum, kavíar, graslauk og/eða rauðum pipar og ólífuútskornum. Gerir: 24 tertur.

j) Bakið og kælið terturnar samkvæmt leiðbeiningum, nema smyrjið ekki með sýrðum rjóma eða skreytið þær yfir.

k) Lokið og kælið í ísskáp í allt að 48 klukkustundir. Látið tertur standa við stofuhita í 30 mínútur áður en þær eru bornar fram.

l) Smyrjið með sýrðum rjóma og skreytið eftir leiðbeiningum.

88. Miðjarðarhafs ostterta

Gerir: 12 skammta

HRÁEFNI:

- 8 Blöð frosin phyllo deig; þiðnað
- ¼ bolli Smjör; bráðnað
- ¼ bolli Parmesan ostur; rifið
- ½ bolli Laukur; hakkað
- 1 tsk Ferskt rósmarín; klippt
- ¼ teskeið þurrkað rósmarín, mulið)
- 1 msk Ólífuolía
- 5 aura Frosið hakkað spínat; þiðnað
- ⅓ bolli Ristar furuhnetur eða valhnetur
- 1 Egg
- 1 bolli Ricotta ostur
- ½ bolli Fetaostur; molnaði
- ¼ bolli Olíupakki sólþurrkaðir tómatar; tæmd
- ¼ teskeið Grófmalaður pipar
- 1 msk Parmesan ostur; rifið

LEIÐBEININGAR:

a) Fella út phyllo; hylja það með plastfilmu eða röku handklæði til að koma í veg fyrir að það þorni.

b) Á þurru vinnufleti, settu eitt lak af phyllo; penslið með smjöri.

c) Toppið með öðru blaði af phyllo, penslið með smjöri og stráið 1 matskeið af parmesanosti yfir.

d) Endurtaktu með afganginum af phyllo blöðum, smjöri og parmesan.

e) Notaðu eldhússkæri til að klippa phyllo í 11" hring.

f) Setjið phyllóið jafnt yfir á tilbúna pönnuna, plísið eftir þörfum og passið að rífa ekki phyllóið. Hyljið pönnuna með gufuhandklæði; setja til hliðar.

g) Fyrir fyllinguna: Steikið lauk og rósmarín í ólífuolíu í meðalstórum potti þar til laukurinn er mjúkur. Hrærið spínati og furuhnetum saman við.

h) Dreifið í phyllo-fóðrað springformið. Setja til hliðar.

i) Þeytið egg létt í skál. Hrærið ricotta, feta, tómötum og pipar saman við. Dreifið varlega yfir spínatblönduna. Stráið 1 matskeið af parmesanosti yfir.

j) Setjið springformið á grunnt ofnmót á ofngrindina. Bakið í 350° heitum ofni í 35 til 40 mínútur eða þar til miðjan virðist næstum stinn þegar hún er hrist.

k) Kælið tertuna í springformi á grind í 5 mínútur. Losaðu hliðarnar á pönnunni. Kældu í 15 til 30 mínútur í viðbót. Áður en borið er fram skaltu fjarlægja hliðar vorsins af pönnunni. Berið fram heitt.

89. Sítrónu-osta tertur

Gerir: 1 skammt

HRÁEFNI:

- ¼ bolli Sítrónusafi
- Rifinn börkur af 1 ½ sítrónu
- ½ bolli Auk 1 matskeið af sykri
- 2 egg; takturinn
- ¼ bolli Smjör eða smjörlíki -Rjómaostskeljar---
- ½ bolli Smjör eða smjörlíki; mýkt
- 3 aura Pakki af rjómaosti; mýkt
- 1 bolli Hveiti
- Þeyttur rjómi

LEIÐBEININGAR:

a) Blandið saman sítrónusafa, börki og sykri ofan á tvöföldum katli; hrærið eggjum og smjöri saman við.
b) Eldið yfir sjóðandi vatni, hrærið stöðugt þar til þykknar.
c) Skeiðfylling í rjómaostskeljar; skreytið með þeyttum rjóma.
d) Blandið saman smjöri og rjómaosti, blandið þar til slétt; bætið hveiti við, blandið vel saman. Kældu í 1 klukkustund.
e) Mótaðu deigið í 1 tommu kúlur; setjið hvern í vel smurðan muffinsbolla og mótið í skel.
f) Bakið við 350 gráður í 25 mínútur. Látið kólna áður en fyllt er á.

90. Papaya-rjómaostterta með macadamia hnetum

Gerir: 8 skammta

HRÁEFNI:

- 2 bollar Hveiti
- 6 aura af köldum ósöltuðum smjörbitum
- ¼ teskeið Salt
- ½ tsk Sykur
- ⅓ bolli Kalt vatn
- 12 aura Rjómaostur
- 4 aura Þungur þeyttur rjómi
- ½ bolli Flórsykur
- ½ tsk Vanilludropar
- 1 Mjög þroskuð papaya, afhýdd, skorin í ¼" sneiðar
- ½ bolli Ferskjugljái, brætt
- ½ bolli Macadamia hnetur, ristaðar
- 8 aura af beiskt súkkulaði
- 8 aura af hálfsætt súkkulaði
- 2½ bollar Þungt krem
- 4 matskeiðar Volgt vatn

LEIÐBEININGAR:

a) Undirbúið tertuskurnina - Sigtið saman hveiti, salt og sykur. Húðaðu smjörbita með hveitiblöndunni og vatni og hnoðið þar til þeir verða sveigjanlegir, en ekki einsleitir.

b) Skildu eftir bita af venjulegu smjöri, annars verður deigið of teygjanlegt. Rúllaðu deiginu varlega í ¼ tommu þykkt og leggðu það á tertuform. Skerið brúnirnar og stingið botninn á deigið með gaffli. Bakið í ofni við 350 gráður F í um það bil tíu mínútur eða þar til tertuskurnin brúnast aðeins. Slappaðu af.

c) Undirbúið rjómaostfyllinguna - Þeytið þeyttan rjóma þar til hann myndar mjúka toppa. Þeytið rjómaost í hrærivél þar til hann verður loftkenndur. Blandið þeyttum rjóma, flórsykri og vanilluþykkni saman við.

d) Setja til hliðar.

e) Fylltu tertuskurnina með rjómaostablöndu.

f) Raðið papaya sneiðum í pinwheel hönnun yfir toppinn á rjómaostinum. Setjið macadamia hnetur í miðju tertunnar. Með sætabrauðspensli, húðaðu toppinn á tertunni með ferskjugljáa. Geymið í kæli í ½ klukkustund áður en það er borið fram.

g) Undirbúið súkkulaðisósu - Hitið beiskt súkkulaði, hálfsætt súkkulaði, þungan rjóma og heitt vatn í potti, hrærið oft þar til sósan er mjúk.

h) Til að bera fram - Skerið tertu í 8 bita. Dreypið súkkulaðisósu á disk og setjið eitt stykki af tertunni á hvern disk.

91. Ricotta ostur og spínatterta

Gerir: 6 skammta

HRÁEFNI:

- 14oz sterkt venjulegt hveiti
- 1 klípa Salt
- 1 pakki Waitrose fersk basilíka og timjan, saxað
- 3 matskeiðar ólífuolía
- 3 Egg, takturinn
- 250 g pottur af Ricotta osti
- 500 g pakki af frosnu heilblaða spínati
- Nýrifinn múskat
- 2 Egg
- 1 ¾ aura furukjarnar, ristað
- 1 Sítrónu; ást af
- 3 ½ aura rifinn parmesan
- Salt og nýmalaður svartur pipar
- Mjólk til að gljáa

LEIÐBEININGAR:

a) Sigtið hveiti í skál og bætið salti og kryddjurtum saman við.

b) Gerðu brunn í miðjunni. Bætið olíunni út í og bætið svo eggjunum smám saman út í.

c) Blandið þar til slétt, bætið við smá vatni ef þarf.

d) Hnoðið í 10 mínútur, pakkið síðan inn í matarfilmu og setjið í kæli í 30 mínútur.

e) Sameina öll fyllingarefnin.

f) Fletjið tvo þriðju af pastanu út á hveitistráðu yfirborði og notið í ferhyrnt mót.

g) Setjið fyllinguna með skeið í pastað og sléttið úr því þannig að það hylji botninn.

h) Fletjið út afganginum af pastanu og hyljið toppinn.

i) Bleytið og þéttið brúnirnar með smá vatni.

j) Skerið allt umfram pasta af og penslið með smá mjólk, stingið og setjið í miðjuna í forhituðum ofni.

k) Bakið við 400ºF í 25-30 mínútur þar til gullið að ofan.

92. Suðvestur ostterta

Gerir: 8 skammta

HRÁEFNI:

- 1 msk olía
- ½ bolli söxuð rauð paprika
- ½ bolli saxaður laukur
- 1 msk hakkað hvítlauk
- 1 msk hakkaður jalapenó pipar
- 4 egg
- 2 bollar þungur rjómi
- 2 bollar jalapeno jack ostur
- 1 bolli ristaðir maískjarnar; plús
- 1 auka steiktur maískjarni; til skrauts
- 1 bolli soðnar svartar baunir; skolað
- ½ tsk malað kúmen
- ¼ teskeið chili duft
- 1 salt; tveir lyklar
- 1 nýmalaður hvítur pipar; tveir lyklar
- 1 níu tommu forbökuð tertuskurn
- 1 þjóna pico de gallo
- 1 hakkað kóríander; til skrauts

LEIÐBEININGAR:

a) Hitið olíu á pönnu og eldið papriku, lauk og hvítlauk þar til mjúkt; sett til hliðar til að kólna.

b) Þeytið egg og rjóma í skál þar til blandast saman; hrærið soðnu grænmeti og restinni af hráefninu saman við og kryddið með kryddi, salti og pipar. Hellið eggjablöndunni í tertuskurnina og bakið í 30 mínútur eða þar til vaniljan er orðin þétt viðkomu.

c) Kælið stuttlega áður en skorið er. Berið fram með Pico De Gallo við hliðina, stráð yfir ristuðum maískjörnum og söxuðum kóríander.

SVEPPEPTERTURTA

93. Framandi sveppaterta

Gerir: 8 skammta

HRÁEFNI:

- 2½ bollar Hveiti; plús
- 2 matskeiðar Hveiti
- 2 teskeiðar Salt
- ½ tsk Cayenne
- 1 bolli Svínafeiti
- 2 matskeiðar Ísvatn
- 2 matskeiðar Smjör
- ½ bolli Hakkaður laukur
- Salt; tveir lyklar
- Nýmalaður svartur pipar; tveir lyklar
- 4 bollar Sneiddir framandi sveppir
- 2 teskeiðar Saxaður hvítlaukur
- 2 bollar Þungt krem
- 3 egg
- 1 dash af heitri piparsósu
- 1 strik Worcestershire sósu
- 1 bolli Rifinn hvítur cheddar ostur
- 4 aura Parmigiano-Reggiano ostur; rakaður
- 2 bollar Pea skýtur

LEIÐBEININGAR:

a) Skreytið af hvítri truffluolíu

b) Blandið saman 2½ bolla af hveiti, 2 tsk af salti og ¼ tsk af cayenne í skál. Skerið smjörfeiti út í með sætabrauðsblöndunartæki þar til blandan líkist grófri máltíð.

c) Bætið ísvatninu út í og blandið þar til deigið losnar frá hliðum skálarinnar. Mótaðu deigið í kúlu og hyldu það með plastfilmu. Sett í kæli og kælt í 1 klst.

d) Hitið ofninn í 350 gráður. Takið deigið úr kæliskápnum og látið standa í um það bil 5 mínútur. Rykið létt yfir vinnuflöt með hveitinu sem eftir er. Fletjið deigið út í 12 tommu hring um ¼ tommu þykkt.

e) Brjótið deigið í fjórðu hluta og setjið það í 10 tommu tertuform. Rúllið trékefli yfir pönnuna til að skera af umframdeiginu.
f) Stingið botninn á skorpunni yfir alla með gaffli. Bræðið smjörið á meðalstórri pönnu við miðlungshita. Bætið laukunum út í. Kryddið með salti og pipar. Steikið í 1 mínútu. Bætið sveppunum út í. Kryddið með salti og pipar.
g) Haltu áfram að steikja í 3 til 4 mínútur eða þar til sveppirnir eru orðnir.
h) Hrærið hvítlauknum út í og takið af hellunni. Kælið alveg. Þeytið rjóma og egg saman í skál. Kryddið með ¾ af teskeið af salti, pipar, heitri piparsósu og Worcestershire sósu.
i) Blandið vel saman. Hellið sveppablöndunni í sætabrauðsskelina. Stráið ostinum yfir sveppina. Hellið rjómablöndunni yfir ostinn.
j) Bakið þar til miðjan stífnar og toppurinn er gullinn, um 55 mínútur. Takið úr ofninum og látið kólna í 5 mínútur áður en það er skorið í sneiðar til að bera fram. Í skál skaltu henda ertusotunum saman við truffluolíuna. Kryddið með salti og pipar. Til að bera fram, setjið sneið af tertunni í miðju hvers disks.
k) Skreytið hvern með haug af ertusotum.

94. Flögnuð sveppaterta

Gerir: 30 skammta

HRÁEFNI:

- 1 pund Ferskir Sveppir
- 1 miðlungs Laukur
- ½ bolli Steinselja; ferskur
- ½ bolli hvítvín
- strik Heit piparsósa
- 4 Phyllo deig; þiðnað
- 6 matskeiðar Smjör, brætt
- 4 aura Monterey Jack ostur; teningur

LEIÐBEININGAR:

a) Hitið ofninn í 400.
b) Saxið sveppi, lauk og steinselju. Blandaðu saman sveppum, lauk, steinselju, víni og heitri piparsósu í stórri pönnu. Þekja.
c) Eldið í 5 - 7 mínútur þar til sveppirnir eru mjúkir, hrærið af og til.
d) Takið lokið af og eldið þar til vökvinn hefur gufað upp. Flott.
e) Penslið létt 1 blað af filódeigi með bræddu smjöri.
f) Setjið aðra deigplötu ofan á fyrstu plötuna.
g) Penslið með smjöri. Endurtaktu með afganginum af deiginu og smjörinu.
h) Skerið staflann í 2-½ tommu ferninga.
i) Þrýstið hverju stykki varlega í ósmurða muffinsform.
j) Setjið um 2 teskeiðar af sveppablöndu í hvern bolla. Toppið hvern með ostasteen.
k) Bakið í 15 - 18 mínútur eða þar til ljósbrúnt. Berið fram heitt.

95. Grilluð eggaldin og sveppaterta

Gerir: 8 skammta

HRÁEFNI:

- Matreiðslusprey
- 1 stór Eggaldin; skrældar og skornar í ½" sneiðar
- 6 stór Kartöflur; skrældar og skornar í ½" sneiðar
- 6 stór Portabella sveppir; húfur og stilkar aðskildar, húfur skildar eftir heilar, stilkar skornir í sneiðar
- Ólífuolía til að bursta
- 1 msk Ólífuolía; fyrir brauðmylsnu
- Salt og pipar
- ¼ bolli Steinselja; hakkað
- ¼ bolli basil; julienne
- ¾ bolli Rifinn ferskur parmesanostur; eða Pecorino Romano
- 1 bolli Nýtt brauðrasp
- 1 msk Ólífuolía
- 1 lítið Laukur; hakkað
- 1 Sellerí stilkur; hakkað
- 4 stórar Tómatar; fræhreinsað og gróft saxað
- ½ bolli Rifnar gulrætur
- 1 tsk Ferskt timjan; eða ½ tsk þurrkað timjan
- 1 tsk Ferskur sítrónusafi
- 2 teskeiðar fersk steinselja; hakkað

LEIÐBEININGAR:

a) Gerðu Relish: Hitið olíuna í potti sem ekki hvarfast. Hrærið lauknum og selleríinu saman við og steikið við meðalhita í 3 mínútur.

b) Hrærið tómötum, gulrótum, timjani og salti og pipar saman við eftir smekk. Látið bragðið malla varlega þar til vökvinn hefur soðið af. Takið af hitanum.

c) Rétt áður en það er borið fram skaltu hita upp álagið. Takið af hellunni og hrærið sítrónusafa og steinselju saman við.

d) Spreyið grillgrindina vel með eldunarspreyi. Forhitið grillið í meðalháan hita. Penslið eggaldin, kartöflur og sveppi vel með ólífuolíu og kryddið á báðum hliðum með salti og pipar.

e) Úðið 9" kökuformi eða tertuformi vel með eldunarúða. Hitið pönnuna annað hvort í ofni eða ofan á grillið ef það er nógu stórt. Haldið heitt.

f) Grillið allt grænmetið á báðum hliðum þar til það er vel brúnt og mjúkt. Skerið sveppahetturnar í þunnar sneiðar. Búðu til lög í tertu- eða tertuforminu - eggaldin, kartöflur, sveppir, stráðu smá af steinselju, basilíku og rifnum osti á milli hvers grænmetislags. Halda hita.

g) Hitið 3 matskeiðar af ólífuolíu í lítilli pönnu á meðalháum hita þar til þær eru heitar. Bætið brauðmylsnu út í og steikið þar til gullinbrúnt.

h) Toppterta með brauðmylsnu. Berið fram strax með litlum tómatapotti undir hverjum bát.

96. Sveppafyllotertur

Gerir: 4 skammta

HRÁEFNI:

- ¾ bolli Mjólkur sýrður rjómi
- 3 aura rjómaostur; mýkt
- ¼ bolli Þurrt brauðrasp
- 1 msk Þurrkað dill illgresi
- ½ tsk Salt
- 1 msk Sítrónusafi
- 4,5 oz grænir risasveppir í sneiðum
- 1 Hvítlauksrif; hakkað
- ½ bolli Smjör eða smjörlíki
- 8 Frosnar phyllo sætabrauð blöð

LEIÐBEININGAR:

a) Hitið ofninn í 350 gráður.

b) Blandaðu saman sýrðum rjóma, rjómaosti, brauðmylsnu, dillgresi, salti og sítrónusafa í skál; blanda vel saman. Hrærið sneiðum sveppum saman við. Setja til hliðar.

c) Til að búa til hvítlaukssmjör, eldið hvítlaukinn í smjöri á lítilli pönnu við lágan hita þar til hann er mjúkur, hrærið stöðugt í. Húðaðu 16 muffinsbolla með hvítlaukssmjöri. Setja til hliðar.

d) Penslið stóra kökuplötu með hvítlaukssmjöri. Rúllaðu út phyllo blöð; hylja með plastfilmu eða handklæði. Penslið eina phyllo lak létt með hvítlaukssmjöri; setjið á smurða kökuplötuna.

e) Penslið seinni phyllo lakið létt með hvítlaukssmjöri; setjið það ofan á fyrstu smurða plötuna. Endurtaktu með phyllo blöðunum sem eftir eru. Með beittum hníf, skerið í gegnum öll lög af phyllo blöðum til að gera 16 ferhyrninga.

f) Þrýstið hverjum ferhyrningi létt í muffinsbolla með hvítlaukssmjöri. Helltu hrúgaðri matskeið af sýrðum rjómablöndu í hvern bolla. Toppið hvern með öllum sveppunum, þrýstið stilknum inn í fyllinguna. Dreypið restinni af hvítlaukssmjörinu yfir.

g) Bakið við 350 gráður í 18-20 mínútur eða þar til ljósgulbrúnt.

97. Reykt sveppaterta

Gerir: 8 skammta

HRÁEFNI:

- ⅓ SMJÖRSTAÐADEIG
- 1 Eggjahvíta, létt þeytt
- 2 matskeiðar Smjör
- 10 aura Ferskir sveppir, sneiddir
- 7 aura Shitake sveppir, stilkunum hent
- Andasveppir skornir í sneiðar
- 1 msk Hakkaður ferskur hvítlaukur
- 2 teskeiðar Þurrkað oregano, mulið
- ⅛ teskeið Malaður svartur pipar
- ½ pund Reyktur mozzarellaostur, skorinn í þunnar sneiðar
- 2 matskeiðar Rífið asiago eða parmesanost
- ⅓ bolli Valhnetustykki
- 1 msk Hakkað flatblaða steinselja

LEIÐBEININGAR:

a) Forhitið ofninn í 400 F. Á létt hveitistráðu yfirborði rúllaðu deiginu í 14 tommu umferð.

b) Flyttu yfir í 11 tommu tertuform með færanlegum botni.

c) Klipptu brúnir; stungið í botninn með tönnum af gaffli.

d) Fóðrið sætabrauðsskelina með álpappír og sætabrauðslóðum, þurrkuðum baunum eða hráum hrísgrjónum. Bakið í 15 mínútur.

e) Fjarlægðu álpappír og lóð.

f) Bakið 5 til 6 mínútum lengur eða bara þar til sætabrauðið byrjar að verða gullið. Penslið með eggjahvítu; baka 1 mínútu lengur.

g) Kælið alveg á grind. Í stórri pönnu, bræðið smjör við miðlungs lágan hita.

h) Bætið við sveppum, hvítlauk, oregano og pipar.

i) Steikið þar til sveppir eru gylltir og vökvi hefur gufað upp, um það bil 8 mínútur; kólna niður í stofuhita.

j) Hyljið botninn á tertuskurninni með mozzarella, skerið sneiðar til að fylla í rýmið.

k) Toppið með sveppablöndunni og stráið síðan asiago og valhnetum yfir.

l) Bakið í 20 mínútur. Kælið í 5 mínútur á grind áður en ytri hringurinn er fjarlægður. Berið fram heitt.

98. Þreföld sveppaterta

Gerir: 10 skammta

HRÁEFNI:

- 1 Óbökuð kælibaka Skorpu
- 1 bolli Saxaður ferskur shiitake Sveppir
- 1 bolli Skerið ferskt hvítt eða brúnt Sveppir
- 1 bolli Saxaðar ferskar ostrur Sveppir
- ¼ teskeið Þurrkuð marjoram
- 2 matskeiðar Smjör
- ¾ bolli Rifinn Gruyere ostur
- ¾ bolli Rifinn svissneskur ostur
- ½ bolli Saxað kanadískt beikon
- 2 Egg, örlítið þeytt
- ½ bolli Mjólk
- 1 msk Niðurskorinn ferskur graslaukur
- Kanadískt beikon, skorið þunnt
- Fleygar, valfrjálst

LEIÐBEININGAR:

a) Þrýstið sætabrauðinu í 9" tertuform með botni sem hægt er að taka af. Flauta; snyrtið jafnt með efst. Fóðraðu með tvöföldu lagi af filmu; bakað við 450F. 8 mínútur.

b) Fjarlægðu álpappír og haltu áfram að baka í 4-5 mínútur þar til stíft og þurrt.

c) Snúðu fyrir ofan tvo 375F.

d) Eldið sveppina þar til þeir eru mjúkir í smjöri, 4-5 mínútur, þar til vökvinn er gufaður upp.

e) Takið af hitanum.

f) Blandið Gruyere, svissneskum ostum og kanadísku beikoni saman.

g) Bætið við sveppum, mjólk, eggjum og graslauk. Hellið í tertuskorpu.

h) Bakið í um 20 mínútur þar til stíft og gullið.

i) Kælið á pönnu á vírgrindi í 10-15 mínútur. Fjarlægja.

j) Skerið í báta og skreytið með kanadískum beikonbátum.

99. Villisveppa- og geitaostterta

Gerir: 2 skammta

HRÁEFNI:

- 375 grömm tilbúið laufabrauð
- 1 Egg; takturinn
- 50 grömm Smjör
- 250 grömm Blandaðir sveppir bls
- 2 stórar Hvítlauksgeiri
- 1 lítið Búnt af flatblaða steinselju
- 1 msk Balsamic edik
- 150 grömm af Rjómaosti
- 2 matskeiðar Ólífuolía
- 100 grömm Kirsuberjatómatar
- 1 Sítrónu
- 1 lítið Búnt af basil
- 100 grömm af barnaspínatlaufum

LEIÐBEININGAR:

a) Forhitið ofninn í 220c/425f/Gas 7.

b) Setjið deigið á létt hveitistráð yfirborð, skerið út tvo 12x15cm/5"x6" ferhyrninga og setjið þá á bökunarplötu.

c) Penslið yfir þeytt eggið og merkið 1 cm/14" ramma inn í hverja tertu með oddinum á beittum hníf.

d) Stungið í miðju rétthyrningsins með gaffli yfir allt og bakið í ofni í átta mínútur þar til hann hefur lyft sér vel og er gullinn.

e) Hitið stóra pönnu með smjöri. Skerið sveppina gróft í hæfilega bita. Skerið hvítlaukinn smátt og bætið við sveppunum. Steikið í 3-4 mínútur þar til eldað og gullið.

f) Saxið steinseljuna gróft, bætið helmingnum út í með balsamikediki og eldið í eina mínútu. Kryddið með salti og pipar og geymið. Setjið geitaostinn í skál, bætið afganginum af steinseljunni út í og blandið vel saman. Kryddið með pipar.

g) Takið sætabrauðið úr ofninum. Skerið varlega í kringum innri rétthyrninginn á deiginu og fletjið miðju deigið út með fisksneið.

h) Setjið deigið aftur í ofninn í 4-5 mínútur í viðbót þar til það er eldað í gegn og gullið.

i) Fyrir salatið: Hitið ólífuolíuna á lítilli pönnu. Skerið kirsuberjatómatana í tvennt og bætið út á pönnuna með sítrónuberki og smá safa. Blandið vel saman og kryddið með salti og pipar.

j) Setjið spínatið í skál og hellið volgu dressingunni yfir.

k) Takið terturnar úr ofninum, setjið geitaostinn út með skeið og toppið með volgu sveppunum. Færið yfir á disk og berið fram með salatinu.

100. Villisveppa og pecorino terta

Gerir: 1 skammt

HRÁEFNI:

- 3 matskeiðar Ólífuolía
- 2 Handfylli af blönduðum villisveppum
- 1 stór Geiri og hvítlaukur; smátt saxað
- ¼ Sítrónu; ást af
- 2 matskeiðar Flat steinselja; gróft saxað
- 2 Laufabrauðsblöð
- Þykkt á 2 eldspýtustokkum
- 75 grömm Ungur pecorino ostur; þunnt sneið

LEIÐBEININGAR:

a) Hitið ofninn í 200C.

b) Hitið ólífuolíuna á pönnu, bætið sveppunum út í, kryddið og steikið hratt þar til þær eru soðnar.

c) Hrærið hvítlauk, sítrónuberki og steinselju saman við. Takið af hellunni og setjið til hliðar.

d) Smyrjið bökunarplötu. Settu tvær blöð af sætabrauði á það. Setjið sveppina í lag á miðju hvers blaðs. Settu í ofninn og eldaðu í 20-25 mínútur, eða þar til gullbrúnt.

e) Takið úr ofninum og toppið með Pecorino og setjið aftur í ofninn í 3-4 mínútur. Takið út og berið fram strax.

NIÐURSTAÐA

Að gæða sér á tertum sem eru keyptar í búð er ein af einföldu nautnunum í lífinu, en tilhugsunin um að baka tertu sjálfur gæti virst vera erfitt verkefni, sérstaklega ef þú hefur aðeins prófað að búa til smákökur og brúnkökur. Ef þú ert að leita að því að prófa að búa til tertur en veist ekki hvar þú átt að byrja, þá mun þessi MAÐRABÓK leiða þig í gegnum þær tegundir tertu og uppskriftir sem þú þarft til að byrja. Njóttu!

www.ingramcontent.com/pod-product-compliance
Lightning Source LLC
LaVergne TN
LVHW011316061026
849535LV00005B/1582